Người đàn bà ở một mình trên đồi vắng

Bùi ngọc Khôi
Create Space
2016

Người đàn bà ở một mình khẽ gật đầu. Phải về nhà, phải gặp lại cha mẹ già, phải có can đảm nhìn mặt người em mà xin tha thứ dù sẽ phải nghe những lời trách cứ nặng nhẹ. Người tình xưa đã ra đi không về, mình sẽ làm lại cuộc đời ...

1

Chiếc xe Citroën rú lên nhưng vẫn đứng nguyên tại chỗ sau khi nhúc nhích một ít. Ông Vinh nhếch miệng chửi thề nho nhỏ xong đạp chân ga một lần nữa. Bốn bánh xe quay tròn nhưng không đẩy chiếc xe đi được một phân. Biết bánh đã bị lún, ông bước xuống xe để kiểm chứng lại. Nhìn hai bánh sau lún sâu trong bãi bùn bầy nhầy, ông biết có cố cũng chả ích lợi gì.

"Thôi để sáng mai tính sau, giờ tối rồi", ông nghĩ thế xong chui vào xe lấy cái túi nhỏ khoác lên vai bắt đầu bước lên trên đồi.

Đã đến đây vài lần tháng trước với nhân viên địa ốc để xem căn nhà trên đỉnh đồi trước khi ký giấy tờ mua, ông còn nhớ con đường đất nhỏ đi giữa hai rặng cây thông xuyên qua một cánh rừng con. Tháng trước trời chưa mưa, con đường đất còn khô ráo nhưng cơn mưa đầu mùa thu rỉ rả mấy hôm nay đã làm nước lấp kín mấy ổ gà và lở những đụn đất bên trên đổ xuống con đường rồi hợp với giòng nước mưa tạo thành mấy bãi bùn trông thật nhớp nhúa. Ông nghĩ bụng sau mùa mưa sẽ phải ra sức khuân đá ở đâu lại lấp mấy cái vũng nước này rồi tự trách mình đã thiếu sót không để ý đến những chi tiết như vầy, biết đâu còn những cái trục trặc lặt vặt khác mà có thể sau này thành chuyện lớn như mái nhà bị dột chẳng hạn.

Trong ánh mặt trời chiều chạng vạng, căn nhà nhỏ lờ mờ hiện ra trên đỉnh đồi. Ông Vinh cảm thấy phấn khởi, chân bước nhanh hơn. Tra chìa khóa vào ổ, ông nhớ lại cái ổ khóa hắc ám này dễ bị kẹt, ông lừa lừa cái chìa một lúc cho đến khi nghe tiếng cách một cái. Cánh cửa kêu lên kẽo kẹt từ từ hé ra. Bước vào trong, ông còn nhớ nhà có một cái đèn chân cao trong góc phòng. Ông lò mò đi lại góc, tay rờ được cái chân đèn bằng sắt lạnh, mò mẫm một lúc mới tìm được cái nút bật điện. Ánh sáng vàng úa từ cái đèn đơn độc trong góc nhà túa ra nhưng cũng chỉ đủ soi sáng được cái phòng khách. Ông Vinh đảo mắt nhìn quanh. Bộ bàn ghế sa-lông, cái kệ sách, vài bức tranh sơn dầu treo trên tường vẫn y nguyên chỗ cũ như lúc ông thấy chúng lần cuối. Cái lò sưởi đốt củi lạnh tanh, một thanh củi đốt dở còn nằm trên vỉ sắt, phía dưới là đống tro vẫn chưa được hốt đi như lời hứa của tên địa ốc. Mùa đông chưa về nên trời chưa trở lạnh nhưng ông muốn đốt lên tí lửa cho có vẻ ấm cúng. Lựa một vài thanh củi nhỏ trong đống củi nằm lăn lóc trước lò sưởi đặt lên vỉ sắt xong ông móc túi lấy hộp quẹt ra bật lên châm vào một tờ giấy báo để mồi. Củi thông nên bắt lửa rất nhanh.

Ông xách túi đi lên một cái cầu thang hẹp lên lầu, vào phòng ngủ, mở túi ra rồi xốc ngược lên. Vài bộ quần áo, vài quyển sách, tập giấy viết rơi xuống giường. Một lá thơ từ trong tập giấy viết rớt ra. Với lá thơ trong tay, ông quăng mình xuống giường rồi đưa thơ lên đọc nhưng cơn buồn ngủ ở đâu kéo đến thật nhanh sau cả ngày lái xe. Ông mệt mỏi gập vội lá thơ nhét vào trong túi xách rồi nhắm mắt lại.

· · ·

Nhấc ấm nước nóng trên bếp lên, người đàn bà từ tốn rót vào ấm trà trên bàn. Bà nhìn ra ngoài cửa sổ. Ngoài kia sương mù còn đóng vài chỗ nên cảnh vật trong khu rừng thông đằng sau bếp vào sáng sớm chỉ thấy lờ mờ. Từ cửa sổ nhìn xuống chân đồi có thể thấy tận dưới đó nhưng từ cuối tháng mười trở đi, sáng nào cũng vậy sương mù còn vương vấn trong rừng nên từ cửa sổ bếp nhìn về phía rừng thì phải đến gần trưa mới thấy rõ.

Bà đi vào phòng trong, một chốc sau trở ra trên người khoác một cái áo manteau đen. Đến trước cửa, bà lưỡng lự một lúc rồi mở bước ra vườn.

Đây là một thửa vườn con sau nhà. Từ vườn đi đến bìa rừng là một con đường đất nhỏ có những cụm hoa rừng xanh tím đỏ hai bên. Đi lại một trong mấy cụm hoa, bà hái một bông hoa con đưa lên mũi ngửi xong hái hẳn vài cành dài. Cầm chùm hoa tươi trong tay, bà dạm quay gót trở vào nhà thì thấy như có bóng ai đang đi xe đạp từ cánh rừng xuống chân đồi, lúc ẩn lúc hiện trong làn sương mù mỏng. Bà biết trên đỉnh cái đồi bên kia có một căn nhà đã bỏ hoang từ lâu sau ngày cặp vợ chồng già hàng xóm của bà qua đời trong một tai nạn xe trên đèo cao nguyên. Qua lời đồn đãi, căn nhà đó đã được cô con gái rao bán cả năm nay nhưng chưa tìm được người mua. Không biết vì giá đòi cao hay vì không ai muốn về hơi đèo heo hút gió ở.

"Ít ai điên như mình", bà nghĩ thế rồi mỉm cười.

Cắm mấy cành hoa rừng vào bình thủy tinh, người đàn bà đặt nó lên trên chiếc bàn tròn giữa bếp, đứng ra xa ngắm nghía rồi gật gù ra vẻ toại nguyện. Bà rót một tách trà, ngồi xuống bàn, lấy giấy bút ra viết xuống những thứ cần dùng mà lát nữa bà xuống chợ quận ly mua.

Khi chiếc Renault người đàn bà lái xuống đến chân đồi thì bà thấy một chiếc xe hơi lạ đậu dưới đó. Tấp lại gần, bà mới biết nguyên nhân xe nằm ụ một chỗ. Nhớ lại bóng người đàn ông đạp xe từ cánh rừng thông lúc nãy, bà tự lẩm bẩm, "Mình có láng giềng mới, một người đàn ông cô đơn. Phải ghé hỏi Trọng, có lẽ hắn biết." Nghĩ đến cái tên Trọng tự nhiên bà mỉm cười.

Mua mấy thứ cần dùng ngoài chợ xong, người đàn bà lái ra con đường chính của quận ly. Gọi là con đường chính chỉ vì nó là con đường duy nhất tráng nhựa ở đây. Cuối đường là văn phòng quận đồng thời là tư gia quận trưởng nằm giữa ty cảnh sát và bệnh xá quận, hai bên đường rải rác vài tiệm ăn và cửa hàng khang trang của những người có máu mặt địa phương. Ở cái vùng khỉ ho cò gáy này ai cũng biết ai, từ vợ chồng ông quận trưởng cho đến mấy người Hoa nắm guồng máy kinh tế vùng cao nguyên này, rồi cặp vợ chồng bác sĩ, tay dược sĩ còn độc thân và Trọng là chuyên viên địa ốc vùng vừa kiêm chạy áp-phe đủ thứ hàng.

Bà đến văn phòng địa ốc đúng lúc một người đàn ông ăn mặc bảnh bao từ trong đi ra đang loay hoay khóa cửa.

- Anh Trọng, bà vừa xuống xe vừa lên tiếng gọi hắn.

Người đàn ông ăn mặc bảnh bao vội tiến lại miệng cười toe toét.

- Bà họa sĩ mới đi chợ à? Rảnh không đi làm một tô hủ tíu với tôi?

- Đi thì đi, sẵn xe đây mời anh lên.

Xe vừa lăn bánh hắn thò tay sang đặt tay mình lên cánh tay người đàn bà rồi cười lên hinh hích ra chiều thích thú.

- Tôi cảm động lắm, có bao giờ bà họa sĩ lại tìm tôi rủ đi ăn sáng đâu! Chắc là duyên tiền định.

Người đàn bà lườm hắn một phát.

- Cẩn thận đấy! Không biết là duyên tiền định hay là họa đơn vô chí cho anh đó anh Trọng. Thứ hai, anh sẽ là người trả bữa ăn sáng này chứ không phải tôi đâu đấy. Anh nói đúng. Có bao giờ tôi lại rủ anh đi ăn sáng đâu, tôi đến có chuyện khác.

Gã đàn ông giả vờ ra mặt tiu nghỉu thở dài như ra vẻ tự than cho số phận hẩm hiu của mình.

- Tôi biết cô có bao giờ tử tế với tôi đâu. Thôi được, chuyện gì thế, cứ nói ra, tôi cố giúp?

Bấm còi cho một chiếc xe ba gác đi xích vào lề, bà đạp ga vượt qua xong quay sang hỏi.

- Ai mới mua cái nhà trên Đỉnh Gió Hú vậy?

Trọng nhíu mày.

- Có người mua căn nhà đó sao?

Đến lượt người đàn bà nhíu mày gắt lên.

- Anh đừng giả vờ, ở đây anh là người duy nhất bán nhà cửa mà không biết thì còn ai biết vào đây? Đến rồi kìa, vào trong tôi phải tra anh cho ra lẽ. Đừng chối nghe!

Gã địa ốc nhún vai, tôi chối cô thì ăn cái giải gì.

Tô hủ tíu được bưng ra, Trọng vừa gắp giá vào tô vừa giải thích.

- Đành rằng tôi là người mua bán địa ốc trong vùng này nhưng có nhiều nhà mua bán không qua tay tôi dù tôi sinh sống ở đây, biết hết về nơi đây để giúp họ. Người ta có thể đi qua các văn phòng địa ốc khác ở đâu đâu và đã mua từ các văn phòng đó ... mà sao cô biết nhà đó đã có người mua? Cô gặp họ rồi?

Người đàn bà kể lại những gì mình thấy ban sáng.

Nghe xong Trọng lắc đầu bảo.

- Chịu thôi. Theo tôi biết thì cô con gái của hai vợ chồng già đó hiện ở Sài Gòn và cô ta đã thuê mấy tay địa ốc dưới đó giúp bán căn nhà. Phần cô muốn biết ai mới dọn đến thì sao không lại gõ cửa nhà người ta mà hỏi. Nói thật, tôi còn bực mình vụ cái nhà đó bán không qua tay tôi.

Người đàn bà ngắt lời.

- Anh không cần phải quảng cáo cái tính ham tiền của anh. Hễ hụt vụ nào thì anh mất ngủ cả tháng. Thôi dẹp chuyện đó đi. Đã lâu không gặp, anh có gì lạ kể nghe?

Trọng phì cười.

- Ở đây thì có gì lạ mà kể. Còn bà họa sĩ vẽ xong cái bức tranh "đồi thông hai mộ" chưa? Lần cuối ghé thăm chỉ thấy màu xanh với trắng trên giấy thôi.

Biết bị xỏ, bà không thèm trả lời. Giữa hai người là một quan hệ mật thiết, họ biết nhau quá rành vì trước kia là tình nhân một thời gian ngắn. Cuộc chia tay tuy là đồng thỏa thuận nhưng không tránh để lại một ít đắng cay. Trọng một thời mê người đàn bà vẽ tranh nhưng tính tình hai người quá xung khắc. Một bên với một trái tim đầy tâm hồn nghệ sĩ, một bên với một đầu óc thật thương mại.

Hai người vẫn thường gặp nhau trong các buổi họp mặt bỏ túi của những người tự cho mình là văn minh trong cái xứ khỉ ho cò gáy này. Đám người này đa số là những người tự lưu đày từ thủ đô lên. Mỗi người nêu ra lý do riêng cho cuộc sống lưu vong xa xứ nhưng ai cũng ngầm hiểu họ lên đây sau những thất bại to tát, hoặc trong tình trường hay thương trường, ngoại trừ ít người tự nguyện lên vùng cao nguyên này như người đàn bà họa sĩ.

- Thôi đi về!

Bà nói cộc lốc xong xách ví đứng lên, tên đàn ông lẽo đẽo đi theo sau.

Về đến lại văn phòng, Trọng bật hỏi khi xuống xe.

- Sao? Tối thứ sáu này gặp tại nhà ông Thăng chứ?

Người đàn bà lặng thinh gật đầu rồi gài số xe.

B.N. Khôi

2

Để xe đạp tự lăn bánh xuống chân đồi, ông Vinh có cảm tưởng mình trẻ đi ba mươi tuổi như thời còn học trung học. Đã bao nhiêu năm nay ông mới hưởng lại cái khoái cảm chạy xe đạp thật nhanh để gió lùa vào tóc, vào trong áo, đập vào mặt. Không còn cái cảm giác tù túng ngồi giữa bốn vách sắt của xe hơi. Gió giữa thu lạnh nhưng ông không ngại mà còn thích nữa, chả bù với cái nóng như thiêu như đốt của Sài Gòn và bãi biển cát trắng nóng bỏng chân ở Nha Trang. Hai hàng cây thông hai bên con đường đất như chạy băng băng ngược lại đằng sau. Ông biết lúc này mình càng thú bao nhiêu vì xuống dốc, nữa đây khi về lại nhà sẽ phải khổ hơn vì lên dốc.

"Cóc cần, vui lúc này đã", ông vừa nghĩ thế vừa mỉm cười, cứ như là một thiếu niên chỉ sống cho thú vui trước mặt.

Đến hết con dốc, ông Vinh đạp từ từ lại chiếc Citroën. Quăng chiếc xe đạp xuống đất rồi ông đi lại chỗ chiếc xe hơi nằm ụ quan sát bãi bùn cái bánh xe còn lún ở trong. Ông nhìn quanh tìm một cái que rồi chọc chọc vào bãi bùn. Nó hãy còn rất mềm. Điệu này phải khiêng đá hoặc mấy thanh gỗ lại lót dưới bánh xe để nó có điểm tựa bám vào mà trườn lên. Ông lầm bầm chửi mấy tiếng, quăng cái que đi thật xa rồi leo lên xe phóng như bay về hướng chợ. Những cánh đồng cỏ bát ngát làm cảnh vật thêm tĩnh mịch trong buổi sáng mùa thu. Thỉnh thoảng vài tiếng chim kêu từ trong cánh rừng thông vang ra. Xa xa những cột khói xám bốc lên từ những ống khói của vài căn nhà nằm bên kia cánh đồng cỏ. Ông đã hỏi tên chuyên viên địa ốc về dân tình vùng này nhưng hắn là người Sài Gòn nên ù ù cạc cạc chả biết gì nhiều về địa phương. Đó cũng là lý do ông đi xuống chợ sáng nay, phần xem mặt mũi nơi này ra sao phần gặp ai đó, có lẽ một người bán địa ốc ở đây để hỏi.

Sau nửa giờ đồng hồ trên yên xe đạp, ông Vinh bắt đầu cảm thấy đôi chân mình rã rời, lưng thì ướt đẫm mồ hôi.

"Chả còn trẻ nữa", ông tự nhiên thấy buồn xong nảy ra ý nghĩ "Nếu sáng nào mình cũng đạp xe ra chợ làm một tô phở thì khỏe ngay". Nghĩ đến tô phở tái nạm béo nổi trên mặt nước lèo mùi thơm bốc lên, ông thấy cơn đói cồn cào trong bụng, từ tối hôm qua đến giờ ông chưa có gì vào dạ dày. Ở Sài Gòn tô phở đã thấy ngon, lên trên này khí hậu lạnh lẽo chắc nó còn ngon hơn. Hình ảnh tô phở bốc khói nghi ngút thơm tho làm ông gò lưng đạp xe thật nhanh.

Xuống đến chợ làm xong tô phở và một tách cà phê sữa, ông thong thả đạp xe trên con đường chính của quận lỵ lơ đãng nhìn hai bên đường. Đi được một khúc thì ông thấy một văn phòng trông khang trang bên ngoài treo biển đề Văn Phòng Địa Ốc Trạng Nguyên. Ông vội vòng lại, xuống xe để dựa vào bức tường rồi đẩy cửa bước vào.

Một người đàn ông ăn mặc bảnh bao ngồi sau bàn giấy trên mặt bàn trống trơn như là không có gì làm đứng bật dậy với một nụ cười thật tươi trên môi.

- Chào ông, ông đến tìm nhà để mua? Ông đến rất đúng chỗ. Tôi là chuyên viên địa ốc vùng này. Tôi xin tự giới thiệu, tôi tên là Trọng, Nguyễn Kính Trọng. Nói đúng ra, tôi là chuyên viên địa ốc duy nhất trong vùng này.

Ông Vinh khựng lại đâm ngại vì tính ông không thích làm người khác thất vọng, ông đến đây chỉ để hỏi thăm tin tức địa phương chứ mua bán gì. Ấp úng một lát, ông mới đẩy được một câu ra khỏi miệng.

- Xin lỗi ông Trọng. Ầm ờ ... tôi không định mua nhà ... tôi đến chỉ hỏi thăm về tình hình ở đây thôi, tôi ở Sài Gòn mới lên.

Thất vọng trong bụng nhưng là tay buôn bán chuyên nghiệp, Trọng vẫn giữ bộ mặt vồn vã, kéo ghế mời khách ngồi.

- Chả sao, mời ông ngồi một chốc. Ông dùng tách trà với tôi?

Vừa nói hắn vừa chìa bao thuốc Cotab ra mời nhưng người khách lắc đầu.

- Cám ơn không dám phiền ông nhiều.

Trọng nói tiếp.

- Ông đến để hỏi thăm về vùng này. Ở đây rất bé, người lạ đến là tôi biết ngay. Nói thật tôi chưa hề gặp ông ở đây.

- Tôi tên Vinh, mới mua cái nhà trên đồi bên ngoài quận ly. Ông có biết đường Nguyễn Thiện Thuật đi ra khỏi chợ rồi đi mãi ra đến một con đường đất tên gì tôi không nhớ, chỉ nhớ đi ngang qua một tiệm sửa xe đạp rồi đi thêm vài ba cây số thì lên trên một cái đồi con.

Tên địa ốc vỗ lên trán đánh đét một cái.

- Vậy ông là người mua cái nhà của ông bà nhà thầu Quách Thao người gốc Hoa trên đồi Đinh Gió Hú.

- Đinh Gió Hú? Ông Vinh bật cười lên. Cái tên gì nghe tiểu thuyết thế.

Vênh mặt lên ra vẻ là người thông thạo, Trọng địa ốc giải thích.

- Tên Đỉnh Gió Hú là do chúng tôi đặt ra, đúng vậy, cho có vẻ tiểu thuyết. Ở vùng này có nhiều ngọn đồi như đồi Mộ vì trên đó có mấy nấm mộ người Tây chủ đồn điền không hiểu sao không đem về xứ họ, rồi Đinh Mộng, Đinh Đồi Thông ...

Ông Vinh bật cười nhưng Trọng khoác tay.

- Tôi biết tên nó nghe ngô nghê, vùng nay chỗ nào mà chả có rừng thông nhưng tụi tôi trên này rảnh rỗi tụ họp ăn nhậu xong đặt tên cho mấy ngọn đồi đó. Nếu ông ở đây lâu rồi sẽ quen đi, lại còn thích nữa. Bây giờ ông cần tôi giúp gì? Tính tôi thích giúp người, dù không là khách hàng (Hắn nhấn mạnh năm chữ cuối).

Nói xong hắn xoa tay vào nhau, hếch mặt lên nhìn khách chờ câu hỏi. Ông này ngần ngừ suy nghĩ xong kể lại chuyện mình mua căn nhà của vợ chồng Quách Thao. Ông vắn tắt nói hiện đang là công chức cho bộ Canh Nông dưới Sài Gòn còn vợ thì buôn bán giữa Sài Gòn và Nha Trang. Hai vợ chồng tuổi đã lớn muốn về hưu và đã lựa chọn vùng cao nguyên làm nơi điền viên. May thay họ tình cờ biết được về căn nhà trên Đỉnh Gió Hú nên quyết định mua. Ông xin xếp cho nghỉ hai tuần lên đây để sắp xếp và mua sắm những thứ cần dùng, tuần sau đó người vợ sẽ từ Nha Trang lên thẳng ở lại với ông nốt tuần còn lại. Họ mua nhà để đó chứ ông Vinh chưa thể nghỉ việc lúc này.

Ông Vinh gãi trán hỏi.

- Khi xuống đến chân đồi, tôi thấy mấy căn nhà sơn trắng có ống khói. Ai ở đó vậy?

Trọng lại bật cười.

- Ở đây nhà nào cũng sơn trắng và có ống khói nhưng tôi biết ý ông nói nhà nào rồi. Cái villa to tướng có hàng rào gỗ cũng sơn trắng xung quanh, chắc ông đã thấy vài con ngựa bên trong cái vườn cỏ thật to, đó là nhà ông bà bác sĩ Thăng. Họ làm chủ cả mấy mẫu đất để nuôi ngựa và trồng dâu. Còn mấy nhà kia của mấy tay thanh tra trong Ty Kiểm Lâm, khá giàu. Ông hiểu ý tôi nói?

Ông Vinh gật đầu. Ít ai không biết được làm thanh tra Kiểm Lâm cũng như chuột xa chĩnh gạo. Trao đổi thêm vài câu, ông kiếu từ. Trọng đứng lên đưa khách ra tận cửa. Hắn bảo ông cần gì cứ đến văn phòng cho biết, hắn sẽ giúp, xong móc túi lấy danh thiếp đưa cho khách.

- Khi nào ông bà có điện thoại thì cứ kêu tôi bất cứ lúc nào cần dịch vụ. Tôi mong mình sẽ gặp nhau thường.

Ông Vinh gật đầu rồi đi lại chiếc xe đạp dựng vào tường với tay cầm lấy ghi-đông. Trọng lắc đầu hỏi.

- Ông đạp xe tự trên đồi xuống tận đây?

- Vâng, vì xe hơi tôi bánh bị lún bùn dưới chân đồi.

Bây giờ tôi về phải tìm cách kéo nó lên.

Tên địa ốc đưa tay ra cản.

- Thôi, ông cứ để chiếc xe đạp ở đây, để tôi lấy xe đưa ông về rồi mình cùng kéo cái xe kia lên.

Không dại gì để mất dịp đi quá giang xe đỡ mệt rồi còn được hứa giúp kéo xe, ông Vinh nhận lời ngay. Cất chiếc xe đạp vào trong văn phòng, Trọng mở tủ lấy ra một sợi giây thừng xong hai người leo lên chiếc Rambler bóng loáng của hắn lái ra đường.

Chỉ mười phút sau, chiếc xe Huê Kỳ đã đến chân đồi.

- Đỉnh Gió Hú đây! Ông Vinh vừa nói vừa cười, ông vẫn còn thấy cái tên đó là khôi hài.

Trọng cười hùa theo và còn nói đùa.

- Tối qua ông có nghe gió hú không?

- Nếu có thì tôi đã không ngạc nhiên khi lần đầu tiên nghe ông nói cái tên đó.

Nhìn tới nhìn lui cái bãi bùn hai bánh xe sau chiếc Citroën bị lún xuống, Trọng nói cái này cũng dễ thôi. Nói xong hắn bảo ông Vinh đi tìm mấy cục đá lớn, nếu được mấy khúc cây thì càng tốt, trong khi đó hắn cởi áo vét rồi lấy trong xe hắn ra một sợi dây thừng buộc một đầu vào cái cản trước của chiếc xe bị nạn đầu kia vào cái cản sau của xe hắn. Sau khi chêm vài cục đá dưới bánh xe, ông Vinh leo vô xe mình nổ máy. Cả hai cùng lên ga hai chiếc xe để kéo chiếc Citroën lên. Vài phút sau chiếc xe lâm nạn đã được cứu thoát. Ông Vinh xuống xe nói cám ơn.

Chỉ về hướng cái villa nằm xa xa Trọng nói.

- Đó, villa vợ chồng bác sĩ Thăng.

Vẫn ngồi trên xe, hắn thò đầu ra suy nghĩ vài giây rồi nói.

- Tối thứ sáu này có buổi họp mặt tại nhà ông Thăng, ông rảnh ghé để tôi giới thiệu ông với họ? Ông cứ nói ông là khách của tôi, tôi mời ông.

Thấy ông Vinh còn lưỡng lự, Trọng giải thích mỗi tuần cứ vào tối thứ sáu cái nhóm người "văn minh" ở đây có lệ họp mặt với nhau tại nhà ông bác sĩ để tán gẫu, ăn nhậu, đánh bài. Có khi họ bàn với nhau đi chơi ngày hôm sau, khi thì đi picnic gần nhà, khi thì lái xe lên Đà Lạt hay Lâm Đồng hoặc có khi xuống tận Sài Gòn cho đến chiều Chủ nhật.

- Ông phải đến gặp mọi người, vui lắm. Ở đây mình không đông, cần đi lại với nhau, biết đâu có ngày cần gì thì ...

Ông Vinh còn lưỡng lự, tính ông không thích đám đông, không thích giao du tiếp tân. Vợ chồng ông lên đây ở là muốn đi tìm sự yên tịnh cho cuộc sống hàng ngày lẫn cho tinh thần nhưng điểm cuối tên Trọng nêu lên cũng đúng, ông sẽ cần họ một ngày nào đó. Biết đâu đấy! Ông nói sẽ đến. Trọng chào ông rồi phóng xe đi.

Chiếc Rambler rú lên rồi biến mất sau bìa rừng thông. Ông Vinh nhẹ nhàng vỗ tay lên mui chiếc Citroën như một người nài ngựa âu yếm vỗ về con ngựa của mình.

~§~

B.N. Khôi

3

Đứng trước tấm gương trên cánh cửa tủ áo, người đàn bà vuốt lại mái tóc rồi tự ngắm nghía hình ảnh mình trong gương. Bà chợt nhíu mày, dí mặt sát vào gương nhìn lên mái tóc mình. Vài sợi tóc bạc trên thái dương.

"Ở đâu lòi ra đây?" một cảm giác buồn dậy lên trong đầu, "Mình đã già rồi sao? Chứ gì nữa, ba mươi mấy gần bốn chục rồi."

Bà nhún vai, mở tủ lấy ra một tấm khăn voile mỏng buộc lên đầu rồi lại tự ngắm nhưng lắc đầu, gỡ tấm khăn xuống rồi buộc xung quanh cổ xong gật đầu nhè nhẹ ra vẻ hài lòng.

"Mới năm giờ rưỡi, hãy còn sớm, làm một ly rượu ngọt cho ấm bụng đã".

Từ phòng ngủ, bà đi ra bếp đun một nồi nước nhỏ rồi đi lại một cái tủ gỗ mở cửa lấy ra chai rượu pháp con mèo Du Bonnet đưa lên ánh đèn nhìn. Không còn một giọt. Đặt cái chai không xuống bàn, bà lấy ra chai rượu dâu rót vô một ly con rồi đặt vào trong nồi nước đang bốc khói hâm rượu cho ấm lên một tí trước khi uống.

Cầm ly rượu trên tay bà đi ra phòng vẽ ăn thông với

nhà bếp. Bức họa cảnh rừng thông nằm trên giá vẽ sắp xong. Bà nghĩ lại câu nói mia của Trọng hôm nọ. Biết rõ tính hắn, bà không để những lời phê phán của hắn ảnh hưởng đến mình. Bà biết Trọng trong thâm tâm còn muốn mình nên hắn phần nào đắng cay và khi đắng cay con người lắm lúc có phản ứng và lời lẽ tiêu cực.

Làm sao quên được những giờ đồng hồ dài lê thê Trọng ngồi dựa đầu lên thành cửa sổ nhìn người tình đang miệt mài trên bức tranh. Hắn biết vào những lúc như thể trong thế giới của người tình họa sĩ không có ai khác không có gì khác hiện hữu ngoài bức tranh và nguồn cảm hứng tuôn tràn lên mặt vải. Không có đầu óc nghệ thuật nhưng Trọng mê say ngắm những hình thể dần dà hiện lên thành hình dưới đầu cái cọ lông khi như lưỡng lự trước những lựa chọn khi như lướt trên mặt canvass nhưng với Trọng khung cảnh người họa sĩ đam mê buông mình trên mặt vải mới chính là một tuyệt tác. Rồi bất chợt người họa sĩ ngừng tay, quăng cây cọ lên mặt bàn rồi đi lại Trọng, quăng người vào vòng tay hắn rồi hai cặp môi dính vào nhau thật lâu.

Nghĩ đến đây bà chợt đưa tay lên rờ môi. Dư âm nụ hôn ngày nào như còn đọng lại, mùi thân thể người đàn ông còn phảng phất đâu đây. Bà lắc đầu xua đuổi ý nghĩ đó ra khỏi óc. Còn gì nữa đâu mà luyến với tiếc. Thật ra bà đã cố xóa đi khỏi đầu tất cả những hình ảnh của một cuộc tình vội vã ngắn ngủi giữa bà và Trọng. Gặp hắn trong những tháng ngày mới lên đây với một tinh thần còn giao động, bà cảm thấy bơ vơ và cô đơn. Và Trọng đã đến đúng lúc. Nhưng sau những lần cãi vã, những đêm thức trắng nói chuyện, bà đã nói thật với người tình họ không thể tiếp nối mối tình vội vã đó và hai người đã đồng ý chia tay nhưng vẫn còn gặp nhau trong tình bạn. Dạo này bà còn nghe đồn Trọng đang đi lại với một con bé nào trong chợ. Bà cười khảy, tay quơ cái áo len khoác lên người rồi đi ra ngoài sân.

Vừa lên xe chưa kịp đóng cửa, bà thấy một chiếc xe hơi đen từ trên đỉnh đồi bên cạnh chạy xuống. Đã gần sáu giờ chiều, sương mù bắt đầu giăng nên bà không nhìn ra được mặt người lái chiếc xe đen ấy. Khi chiếc Renault của bà xuống đến chân đồi, bà không thấy chiếc xe hơi đen hôm nọ nữa. Bà kết luận người hàng xóm mới đã lôi nó ra được và lúc nãy bà thấy nó chạy xuống đồi.

Sáu giờ chiều tại nhà bác sĩ Thăng xe hơi xe gắn máy đậu chật bãi cỏ trước nhà. Ngày hội họp chiều nay đông hơn thường lệ. Có người bắn tin vợ chồng bác sĩ sắp trở về lại Sài Gòn vì ông bác sĩ được mời nắm một chức vụ cao trong Bộ Y Tế, có thể thứ trưởng chứ không phải chơi. Tin đồn này gây chấn động không ít trong đám người "văn minh" nơi đèo heo hút gió, người ta phải tìm cách hỏi cho ra sự thật. Người đàn bà đậu xe bên lề đường, tuy xa nhà nhưng lát nếu cần về sớm thì dễ đánh xe ra. Chiếc Citroën đậu không xa đó làm bà chú ý.

"Đúng là chiếc xe mình thấy ban chiều, vào xem ai là chủ".

Mới đến trước cửa bà đã nghe tiếng cười nói từ trong vọng ra. Giọng nghe to và rõ nhất là Trọng. Bà đẩy cửa bước vào, vài cái đầu quay lại nhìn. Phòng khách đã đông chật người, khoảng hơn hai chục mạng. Họ ăn mặc bảnh bao, tụm lại từng nhóm nhỏ cười nói thật vui vẻ. Một người đàn ông đầu hói cao lớn trong bộ quần áo đúng thời trang cắt thật đẹp, quần len xanh đậm áo len trắng cổ quấn khăn đỏ, tay cầm ống vố, tách ra từ một trong mấy nhóm đó, tiến lại đón khách mới đến.

- Tưởng chị đến không được chứ. Nhà tôi chờ chị mãi.

- Trễ nhưng phải đến chứ anh Thăng. Chị đâu?

Ông bác sĩ chủ nhà đưa người đàn bà vào bên trong. Bà thấy Trọng và một người đàn ông lạ mặt đang đứng nói chuyện với bà Thăng trong góc phòng. Bà đoán người đàn ông đó chắc là bạn hay bà con của Trọng ghé thăm. Đúng lúc đó hắn quay lại, nở một nụ cười thật tươi.

- Họa sĩ mới đến? Để tôi giới thiệu một vị rất đặc biệt. Đây là ông Vinh, láng giềng mới của cô đấy.

À, thì ra đây là người mà mấy hôm nay bà thấy đi lên đi xuống ngọn đồi bên kia. Bà quan sát ông ta, một người đàn ông cũng trạc tuổi bà nhưng đầu đã có nhiều tóc bạc, không cao cũng không lùn, tướng còn khỏe mạnh, khuôn mặt chữ điền.

Ông Vinh gật đầu chào người đàn bà.

- Tôi mới mua cái nhà trên Đỉnh Gió Hú vài hôm trước. Ông Trọng đây nói nhà bà trên ngọn đồi bên cạnh, Đỉnh ...

Ông quay sang nhìn Trọng, tên này cười hóm hỉnh đáp.

- Đỉnh Nguyện!

Ông Vinh trố mắt, đỉnh Nguyện? xong cười nói tiếp.

- Không biết đến bao giờ tôi mới quen được với mấy cái tên này? Nào là Gió Hú, Nguyện, Mộ rồi Thông ...

Mà tại sao cái đỉnh của bà lại có tên Nguyện. Chắc có ai đã nguyện điều gì?

Tiếng cười phá lên của Trọng làm người đàn bà nhíu mày. Bà bác sĩ chủ nhà vỗ vỗ lên vai hắn.

- Vừa thôi ông kẻo bà Nguyện bỏ về giờ.

Hắn vờ làm mặt nghiêm giải thích cho ông Vinh.

- Người hàng xóm của ông tên là Nguyện, còn bà ấy có nguyện điều gì thì ông nên hỏi bà cho rõ chứ tôi biết được.

Xong quay sang người đàn bà tên Nguyện hắn nheo mắt.

- Cô nên khai ra đi, đã nguyện cái gì hay là muốn tôi đoán giùm.

Người đàn bà tên Nguyện tảng lờ trước câu đùa vô duyên, bà nói với ông Vinh.

- Hân hạnh được biết ông. Đã là hàng xóm láng giềng với nhau thì hôm nào mời ông ghé nhà tôi uống một tách trà. Từ đồi ông sang tôi không xa lắm đâu. Hồi vợ chồng ông Quách Thao còn ở đó, chúng tôi qua lại luôn.

Ông Vinh gãi đầu.

- Thú thật với bà, tôi còn lạ đường ở đây lắm. Tôi chỉ biết đường từ nhà mình xuống đồi thôi còn đi băng qua mấy khu rừng tôi ngại bị lạc. Tôi chân ướt chân ráo từ Sài Gòn lên chưa quen với phong cảnh ở đây, thấy rừng âm u đâm sợ.

Trọng một lần nữa nhảy vào.

- Ông sợ ma rừng bắt thì thôi để bà Nguyện cứ đến

nhà ông trước rồi chỉ đường cho đi.

Câu nói của hắn như là một lời thách thức cho Nguyện, hắn muốn xem bà có dám đường đột tự đến nhà một người đàn ông mới quen không. Hắn nghĩ sẽ làm cho Nguyện bối rối nhưng thất vọng khi người đàn bà đáp tỉnh bơ.

- Anh Trọng nói đúng đấy, để sáng mai tôi ghé nhà ông Vinh xin ông một tách trà rồi chỉ đường ông sang đồi bên tôi.

Không thấy bộ mặt bẽ của Trọng, bà chủ nhà lôi ông Vinh đi lại một đám người đang đứng xung quanh cái quầy rượu để giới thiệu với những người đứng xung quanh đó. Còn lại Trọng và Nguyện, người đàn bà vuốt ve hắn.

- Anh uống gì thế, lấy giùm một ly đi.

Tên này giữ mặt tỉnh, cười cười nói một câu nịnh đầm khen Nguyện chiều nay diện đẹp.

- Lúc nào tôi cũng thích thấy cô buộc cái khăn quanh cổ, trông vừa đẹp vừa đài các.

Rồi hắn buột miệng thòng một câu vừa chớm trong óc mà hắn chưa kịp suy nghĩ có nên nói hay không.

- Ông hàng xóm mới của cô chắc cũng thích lắm.

Nguyện nguýt hắn một cái, nói móc.

- Chắc là phải thích rồi nhưng để sáng mai tôi lại nhà ông ấy hỏi cho chắc. Thôi, anh đi lấy tôi một ly đi xong mình ra với mấy người kia chứ.

Trọng ngoan ngoãn đi lại quầy rót một ly vang đỏ đem lại đưa. Đỡ lấy ly, Nguyện nâng lên.

- Mình uống mừng tôi có hàng xóm mới, không còn những ngày tháng cô đơn nữa.

Nhưng như chợt nhớ ra điều gì, Trọng nhấp một ngụm rượu xong nói.

- Chưa chắc đâu cô, ông hàng xóm của cô ở đây một mình tuần này nhưng sau đó bà vợ ông ta sẽ lên.

Mắt Nguyện long lanh, nụ cười ranh mãnh.

- Thì càng hào hứng thử thách chứ sao. Đúng không anh?

Cặp mắt Trọng vờ mơ màng đượm phần ranh mãnh.

- Cũng như dạo nào. Lắm hào hứng và thử thách!

Nguyện chưa kịp nghĩ ra một câu để đối đáp thì có tiếng bà Thăng gọi. Hai người đi lại quầy rượu nhập bọn với đám người đang ăn nhậu ồn ào ở đó. Nguyện thấy ông Vinh đứng sớ rớ một mình, tay cầm một ly rượu tay kia thọc túi quần, điệu bộ trông lạc lõng. Chắc sau màn giới thiệu chả ai muốn tiếp chuyện với ông hay là ma mới nên ông mất tự nhiên, muốn rút ra ngoài đứng một mình. Nguyện lại gần với một nụ cười thật tươi để gây khích lệ.

- Ông dưới Sài Gòn lên?

- Vâng.

- Ông mới lên chắc chưa quen khí hậu ở đây, ông có thấy lạnh không? Ngày tôi mới lên khổ sở lắm nhưng ở mãi rồi quen.

Người đàn ông hàng xóm lịch sự đáp.

- Vâng thì cũng hơi lạnh nhưng tôi quen rồi vì trước kia đã ở ngoài Trung một thời gian khá lâu. Trước khi đi cư lúc ở ngoài Bắc còn lạnh hơn nhiều.

- Tôi trước kia cũng ở ngoài Trung, Nguyện buột miệng nói.

- Thế sao! Bà ở tỉnh nào vậy?

Câu trả lời lấp liếm.

- Ơ, tôi chỉ ở một thời gian thật ngắn rồi sau đó vào Sài Gòn trước khi dọn lên đây.

- Vậy à, thế bà ở đây lâu chưa? Nếu ở đã lâu chắc bà quen cái cảnh đìu hiu. Tôi chắc cần bà giúp đỡ nhiều, sẽ phải gõ cửa nhà bà mỗi ngày.

Nguyện nghiêng đầu cười đáp lại, nụ cười làm nổi bật hai cái má lúm đồng lúc này hơi hồng lên vì men rượu. Như bị thu hút bởi cái đẹp quyến rũ của người thiếu phụ trước mặt, ông Vinh nhìn bà chăm chú hơn.

- Xin lỗi ông hỏi gì ạ?

Ông Vinh chợt trở nên lúng túng, nâng ly rượu lên dốc ngược uống cạn một hơi như để che dấu bộ điệu mình.

- Ấy chết, ông uống nhanh thế say chết làm sao lái xe về, Nguyện thảng thốt kêu lên.

Men rượu làm ông Vinh thấy dạn hơn.

- Thì đành nhờ bà một tay. Nói đùa thế chứ dễ gì tôi say. Rượu vang chớ có phải rượu mạnh đâu. À, lúc nãy tôi hỏi bà ở trên đây được bao lâu ạ.

- Năm năm.

- Lúc nãy bà nói trước kia cũng ở Sài Gòn?

- Vâng! Tôi ở quận Năm, đường Lý Thái Tổ.

Ông Vinh lắc đầu.

- Khu đó thì tôi ít đến. Tôi ở gần rạp xi-nê Khải Hoàn trên đường Trần Quý Cáp ... mà bà biết rạp hát đó?

Nguyện bật cười.

- Cái rạp xi-nê hay chiếu phim Ấn Độ phải không?

- Chắc bà thường lại đó xem nên biết rành thế.

Câu đùa ghẹo dí dỏm của người đàn ông làm Nguyện bật cười đối lại.

- Nhưng không thể nào thường bằng những ai ở gần đó.

- Tôi biết nhiều người mình chê bai phim Ấn Độ, họ chuộng phim Tây phim Mỹ hơn nhưng tôi thấy phim Ấn dù kỹ thuật có thua kém thật nhưng có rất nhiều tình cảm.

- Ông nói người Âu Mỹ không có tình cảm?

- Không phải thế, dĩ nhiên con người ai không có tình cảm nhưng phim Ấn và phim Hoa tình cảm gần người mình hơn, dễ thông cảm hơn. Như tình yêu chẳng hạn, nó dịu dàng hơn trong khi tình yêu Tây Phương thì mạnh bạo, có khi quá táo bạo. Tôi biết giới trẻ mình thích kiểu tình cảm đó hơn vì ảnh hưởng văn hóa Tây phương. Tình cảm Đông phương thì thâm thúy và nên thơ trong khi tình cảm Tây phương lại bộc lộ một cách mạnh mẽ cũng như mình so sánh cái đẹp giữa hai bức tranh, như một bức tranh lụa năm nào tôi được dịp ngắm trong phòng triển lãm trên đường Tự Do, bức tranh do một họa sĩ chỉ mới ra trường Cao Đẳng Mỹ Thuật, nét vẽ có thể chưa cứng nhưng nó nói lên được tâm hồn của người mình.

- Bức tranh đó vẽ gì ạ? Nguyện bị thu hút bởi lời lý

luận nhiệt tình của ông Vinh và nhất là ông đề cập đến lãnh vực hội họa.

- Bức tranh đó vẽ hình một cô gái thướt tha trong chiếc áo dài đứng bên bờ hồ. Thoạt mới nhìn vào người thưởng lãm sẽ cho rằng cô gái là điểm chính của bức tranh nhưng nếu ngắm tranh một lúc thì mới thấy người thiếu nữ với mái tóc thề ấy hòa nhập vào với ngoại cảnh, với hồ nước, với rặng cây, với nền trời âm u ở trên, với những giọt mưa lất phất, nghĩa là nàng với thiên nhiên là một, nàng là thiên nhiên và thiên nhiên là nàng. Mình không thể tách rời người con gái ấy và ngoại cảnh được vì làm vậy là phá tan đi sự hòa hợp những yếu tố cấu tạo lên bức tranh đó.

- Thế thì cái điểm thâm thúy mà lúc nãy ông nói nó nằm ở đâu? Và so sánh với bức tranh nào của nền hội họa Tây phương để cho thấy cái điểm dị biệt giữa tình cảm Đông phương và Tây phương?

- Trong tâm lý tây phương, chủ điểm phải nổi bật, những gì xung quanh chỉ là phụ thuộc và không được phép nổi vì họa sĩ sợ sẽ làm vật chủ điểm bị lu mờ đi. Lắm lúc làm như thế lại làm cho người xem thắc mắc thế thì vẽ ngoại vật làm gì.

- Còn cái thâm thúy trong tranh ảnh đông phương nằm ở chỗ nào? Nguyện hỏi vặn.

Ông Vinh há miệng định nói nhưng ngưng bặt như vừa chợt nhớ ra điều gì, lắc đầu cười giả lả nói.

- Thôi chết, tôi đang múa rìu qua mắt thợ. Tôi quên mất là bà một hoạ sĩ, một họa sĩ có tài lớn theo như lời ông Trọng nói với tôi. Thế này thì mắc cỡ quá!

Nguyện bật cười xong ngừng ngay sợ bị hiểu lầm là mình chế nhạo người đối diện.

- Xin lỗi ông, xin lỗi ông, tôi không cười ông đâu đấy. Tôi cười vì ...

Đoạn bà ghé miệng sát vào tai ông Vinh nói khẽ.

- Trọng ít khi nào nói thật, chớ bao giờ tin những gì ông ấy nói.

Ông Vinh gật gù ra chiều thông đồng.

- Đúng, chỉ nên nhìn những gì ông Trọng nói, tức là tôi phải kiểm chứng lời quảng cáo của ông ấy về tài vẽ của bà.

Nguyệt tinh ý đoán ý muốn của người hàng xóm mới.

- Cửa phòng vẽ tôi lúc nào cũng mở để đón ông. Ông cứ tự tiện đến để kiểm chứng, để thấy lời tôi nói về Trọng không ngoa.

Bỗng có tiếng leng keng như ai gõ muỗng vào thành ly. Tiếng kêu lớn và nhanh dần. Mọi người đổ mắt nhìn về hướng ông bác sĩ Thăng lúc này tiến ra đứng giữa phòng khách. Ông tằng hắng cổ. Cả phòng im bặt. Bà vợ ông đi lại đứng sau lưng chồng, ông này tằng hắng trong cổ vài tiếng nữa rồi lên tiếng.

- Xin mọi người vài phút, tôi có một vài lời tuyên bố. Ở đây ai cũng đều nghe là tôi sẽ trở về Sài Gòn vì được mời ra làm trong Bộ Y Tế và ngày đi sẽ không xa. Tôi xin thông báo cho mọi người là chuyện đó không xảy ra ...

Những tiếng ồ vang lên như người ta ngạc nhiên và thất vọng cho bác sĩ Thăng rồi giữa tiếng xầm xì ồn ào đó trỗi lên giọng của Trọng như hét.

- Xin chia buồn với bác sĩ nhưng tốt cho tụi tôi. Nếu bác sĩ đi mất tụi tôi nhỡ bệnh hoạn thì ai lo.

Vài người bật cười vì câu nói đùa của Trọng, có người liếc mắt nhìn bác sĩ Thăng lo ông này giận vì câu đùa quá lố nhưng ông lại cười hùa theo.

- Nói thật với anh em, khi được người bạn nối khố mời vào Bộ Y Tế, tôi lưỡng lự lắm vì không muốn đi. Vợ chồng tôi thích ở trên này hơn là dưới Sài Gòn ồn ào chật hẹp và bụi bặm. Bất đắc dĩ lắm tôi mới nhận lời vì dù sao ông ta là bạn chí thân. Tôi đã chuẩn bị sắp xếp nhưng đùng một cái thì ông téléphone cho tôi, bảo là có thay đổi nhân sự trong nội các nên việc bổ nhiệm đó phải được xét lại. Nói nôm na họ đã chọn người khác. Ông bạn tôi xin lỗi tôi rối rít nhưng có biết đâu tôi mừng húm, thoát nạn.

Trong tiếng vỗ tay nổi lên rần rần, bác sĩ Thăng nói tiếp.

- Cám ơn lòng ưu ái của quý vị muốn tôi chôn thân nơi khỉ ho cò gáy này để chăm sóc sức khỏe của quý vị. Tôi chỉ có thể để thông báo mọi người. Bây giờ mình dùng cơm tối, ăn theo kiểu tự ăn của người Mỹ.

Nguyện nói nhỏ vào tai ông Vinh.

- Ông Thăng này hồi đó đi tu nghiệp bên Mỹ về nên học được cái lối ăn self-service của họ, nghĩa là ai tự múc nấy ăn, như thế cho tiện đỡ phiền chủ nhà.

Một người đàn ông thấp người đầu hói mặc quân phục đeo lon đại úy đi lại chủ nhà thì thầm vào tai ông này. Ông Vinh cũng thì thầm cái thắc mắc của mình với Nguyện.

- Ai vậy?

- Đại úy Hùng, quận trưởng.

Bác sĩ Thăng một lần nữa tằng hắng cổ rồi lên tiếng.

- Xin quý vị im lặng cho vài phút để đại úy quận trưởng có vài lời tuyên bố.

Viên đại úy vì thấp người nên nghểnh cổ để cao lên thêm vài phân. Giọng ông trọ trẹ người miền Trung.

- Tôi có tin mừng cho mọi người là tháng tới sẽ có một bác sĩ quân y bổ nhiệm về đây làm y sĩ trưởng cho nhà thương quận. Chúng ta như vậy sẽ có tổng cộng hai bác sĩ.

Giọng Trọng một lần nữa vang lên từ cuối phòng.

- Như thế bác sĩ Thăng sẽ bớt khách đi rồi. Không khéo ông lại đổi ý đi Sài Gòn mất.

Nhiều người cười ồ lên, có tiếng vỗ tay lên bàn rầm rầm như tán thưởng lời đùa cợt đó.

Bà Thăng đứng gần đó lắc đầu nói với Nguyện.

- Cái ông Trọng lúc nào cũng đùa được, sao bà không lấy hắn phứt đi cho đời lên hương.

Ông Vinh nghĩ thầm, "Thì ra bà họa sĩ này đã có gì với tên địa ốc và cả quận đều biết."

Nguyện lắc đầu, vừa cười vừa nói.

- Ông ta nói nhiều quá. Tôi thích đàn ông trầm lặng hơn. Nói nhiều quá thì đâm phơi bầy cả lòng mình làm cuộc chơi giữa hai người mất vui vì còn gì nữa đâu để tìm hiểu.

- Nhưng như thế thì tránh bị hiểu lầm, bà Thăng cãi lại.

- Hiểu lầm làm cuộc chơi hào hứng hơn vì nó kích thích cảm quan của mình.

Bà chủ nhà quay sang ông Vinh.

- Thôi, tôi để ông tiếp chuyện với bà họa sĩ đây, tôi chịu thôi. Người càng nghệ sĩ tính càng phức tạp. Ông cẩn thận đấy, đừng nói nhiều kẻo bị bà ta chê là bộc trực. Này bà Nguyện, tôi vào bếp bảo tụi nó đem thức ăn ra, bà lo cho ông Vinh giùm tôi.

Nhưng khi bà chủ nhà quay lưng đi, Nguyện lại xin lỗi ông Vinh, bảo phải lại tiếp chuyện với mấy bà bạn. Bị bỏ rơi một mình, ông đi lại đứng khuất sau bức tường ngăn phòng khách và phòng ăn quan sát đám khách. Nhiều người lại trễ nên ông chưa được giới thiệu với họ, không rõ họ là ai. Ngoài vợ chồng chủ nhà, ông chỉ mới gặp một ít người như lão tàu thầu khoán Lâm Bôn, người được vợ chồng bác sĩ Thăng mướn sửa lại căn biệt thự này khi họ dọn lên. Trước kia nó chỉ là một căn nhà đá với một kích thước khiêm nhượng của một tên Tây thuộc địa làm chủ, xây theo kiểu pháp trông rất xinh. Bác sĩ Thăng lại chuộng nhà theo kiểu Mỹ hơn vì theo ông thì nhà kiểu Mỹ khang trang và tiện nghi. Ông muốn thay đổi hết, ngay cả muốn đập mấy bức tường xuống nhưng vợ không đồng ý. Bà này trước học trường đầm, đã đi chơi bên Pháp về, bà nói mỹ thuật quan trọng hơn tiện nghi và về mỹ thuật thì Mỹ không đời nào bằng Pháp. Chiều vợ, ông chồng chỉ cho nới rộng ra thành một biệt thự. Như thế cả hai đều toại nguyện. Rồi mấy bà đang nói chuyện với Nguyện đằng kia. Ông Vinh chỉ nhớ mang máng một bà là vợ viên đại úy quận trưởng, một bà là chủ mấy quán nhậu và vũ trường nằm rải rác từ Đà Lạt xuống đến đây với cách phục sức diêm dúa và cái nhìn lẳng lơ.

Người nhà bà Thăng đã bưng thức ăn từ trong bếp ra, mùi bốc lên thơm phức làm ông Vinh thấy đói bụng cồn cào. Mấy hôm nay không có vợ bên cạnh ông phải tự nấu cơm, quanh đi quẩn lại chỉ có tô canh với lọ vừng và chai xì-dầu. Khách bu xung quanh một cái mâm đồng thật to trên có ba con thỏ và một con chim rừng khá lớn. Mấy con thú rừng này đã được rô-ti sau vườn lúc nãy, da vàng mỡ bóng nhảy lên trông thật hấp dẫn. Bà chủ nhà cầm dao xẻ thịt ra thật khéo léo.

Giọng Trọng lại vang lên.

- Chị cắt thịt khéo thế này sao không học giải phẫu để cho ông nhà được về hưu sớm!

Trong tiếng người ta cười rầm lên, ông Vinh nghe lõm bõm ông quận trưởng đứng sau lưng mình nói với bà vợ, tiệc nào không có tên Trọng thì mất vui phải không em. Bà vợ thì ngún nguẩy nói khéo, cứ tưởng không có mụ chủ tiệm nhót thì ông mất vui hơn làm ông chồng đại úy suýt nhẹ.

"Cái quận khỉ ho cò gáy này lắm chuyện ly kỳ", ông Vinh nghĩ thầm.

Tối hôm ấy ông về nhà say túy lúy. Sau bữa cơm tối bác sĩ Thăng đã khui chai whiskey Johny Walker nhãn đen để dành từ lâu, mời mỗi ông chiều vài ngụm. Về đến nhà ông Vinh mừng húm. Say rượu lái xe ban đêm trên con đường đất nhỏ ngoằn nghoèo lên đồi làm ông sợ toát mồ hôi lưng dù khí hậu đêm cao nguyên rất lạnh.

~§~

B.N. Khôi

4

Mưa đã tạnh nhưng những giọt nước vẫn còn nhỏ xuống từ trần nhà vào cái sô nước bên dưới. Trong cái im lặng nặng nề, tiếng tí tách của những giọt mưa dột rớt xuống mặt nước vang lên nghe rõ mồn một. Cơn mưa đến từ tối hôm nọ, rỉ rả cho mãi đến giờ mới tạnh. Đã gần trưa nhưng những cụm mây đen vẫn còn lảng vảng che khuất mặt trời. Đâu đó vài tia nắng vàng vọt yếu ớt len lỏi xuống đến được thế gian, xuyên qua cửa sổ kính đóng kín mít vào trong nhà.

Ngồi bên cái bàn gỗ vuông trong phòng ăn gần cửa sổ, ông Vinh nâng bàn tay lên đưa vào vệt nắng ấy xem có ấm thêm được tí gì không. Cái lạnh trong nhà làm ông rùng mình. Lò sưởi mấy hôm nay lạnh tanh vì không còn củi đốt. Phòng ăn và phòng khách thực sự chỉ là một phòng khá lớn để cùng chia xẻ cái lò sưởi xây bằng đá trong phòng khách. Đó là phương tiện duy nhất để sưởi ấm cả nhà. Mưa mấy ngày liên tục làm đống củi ông chặt khuân về từ ngoài rừng bị ướt nhẹp. Ông tự trách mình lười không đem vài thanh vào trong nhà trước, chần chừ rồi cơn mưa ập đến không đem vào kịp. Đống củi vẫn còn nằm ngoài hiên, giờ chắc thấm nước vào tận trong, không biết phơi đến bao giờ mới khô mà đốt. Rồi đến cái mái nhà bị dột. Rõ khổ! Khổ hơn là vợ ông sẽ đến ngày kia như đã dự định. Mặc cái lạnh bên ngoài, ông phải trèo lên mái nhà sửa cái chỗ dột cho bằng được.

"Tại sao mình leo lên cái chốn khổ này để ở, sao không mua nhà nơi nào ấm như Vũng Tàu hay Nha Trang chẳng hạn", ông tự trách mình xong trách thầm vợ vì chính bà là người đòi lên đây ở.

Ông trở vào phòng ngủ lấy xấp giấy viết và cái bút máy, lại ngồi gần cửa sổ trầm ngâm nhìn ra ngoài rừng. Câu truyện viết mới được một nửa. Mấy tuần nay lo lắng cái nhà này ông không còn đầu óc đâu mà viết. Cái tiểu thuyết tình cảm ông viết đăng hàng ngày trên nhật báo Tiếng Chuông gần cạn mà ông chưa viết xong chương tiếp theo để đưa cho họ. Một giờ đồng hồ sau trang giấy vẫn còn trắng tinh như óc ông. Cái áo lạnh dày cộm làm ông ngứa ngáy khó chịu. Ông đứng lên cởi nó ra. Đến lúc đó ông mới để ý thấy mặt trời đã hoàn toàn lộ diện. Ánh nắng chan hòa khắp nơi. Thảo nào nãy giờ ngồi trong ánh nắng để cái nóng thấm dần qua lớp áo lạnh mà ông không hay.

"Không viết được thì đi sửa nóc nhà," ông quyết định thế rồi dẹp đống giấy viết sang một bên, đi vào căn phòng xép bên cạnh là nơi để dụng cụ tìm cái búa, cái kềm và hộp đinh xong đi ra ngoài dựng thang lên, cẩn thận trèo lên mái nhà. Nhiều chỗ trên mái ngói đã mọc rêu xanh rất trơn trợt làm ông phải bò người sát xuống mái để tránh bị tuột. Mò mẫm một lúc ông thấy một viên ngói bị lệch sang một bên để lộ ra phần gỗ ở dưới. Ông rờ lên mặt gỗ thấy nó còn ươn ướt.

"Đích thị là chàng rồi," ông quả quyết đó là thủ phạm và bắt đầu sửa.

Ông chỉ cần đặt viên ngói vào chỗ cũ của nó, lừa lừa nhét nó nằm dưới viên ngói bên trên thật khéo để tránh làm vỡ. Làm xong ông lắc lắc viên ngói xem nó có vững không chớ kẻo lại bị xệch ra trong cơn bão tới.

"Mình đã lên đến đây thì sẵn thanh tra cả mái nhà xem sao," ông lò mò bò trên mái nhà vài vòng, thấy không có chỗ nào khả nghi, thở phào nhẹ nhõm. Xong việc ông bò lại chỗ ống khói, ngồi dựa lưng vào đó nhìn cảnh vật xung quanh nhà.

Từ trên nóc nhà nhìn xuống có thể thấy cả ngọn đồi. Dù căn nhà nằm trên đỉnh nhưng từ trong ngó ra không thấy được xa vì bị khu rừng thông bao bọc. Cả nhà chỉ từ cửa sổ phòng ngủ trên lầu mới có thể nhìn xa xa được một ít. Từ trên cao nhìn xuống, ông thấy được căn nhà của Nguyện trên ngọn đồi bên kia. Một căn nhà gỗ một tầng mái thấp. Phía sau nhà là một thửa vườn nhỏ có nhiều bụi hoa loại gì khó nhìn ra từ xa, từ miếng vườn con đó đi xuống chân đồi là một con đường đất nhỏ cũng giống như con đường nhà ông. Hai con đường đất nhỏ đó cắt nhau dưới chân đồi rồi nhập vào một con đường đất khác rộng hơn đi về chợ quận.

Cánh cửa sau nhà trên ngọn đồi bên kia bật mở. Một người đàn bà từ trong bước ra vườn. Biết chắc đó là Nguyện, ông Vinh đứng lên một tay vịn vào ống khói tay kia quơ qua lại nhưng không thấy có phản ứng gì từ bên kia, người đàn bà thản nhiên đi lại một bụi hoa cúi xuống hái vài cành. Nghĩ là Nguyện không thấy mình, ông tụt xuống thang đi vào nhà tìm cái ống nhòm rồi trèo lên lại mái nhà. Qua viễn kính, ông thấy Nguyện trong một áo len trắng dày rộng quá khổ như là áo của đàn ông, trên vai khoác hờ một áo manteau đen, một tay cầm mấy cành hồng đỏ mới cắt tay kia cầm một tách nước. Một ngọn gió thổi qua, mái tóc Nguyện tốc lên rối bù rồi xõa xuống trán. Khuôn mặt nàng trông thật đẹp như một đóa hoa dại. Ngọn gió thổi mạnh hơn, Nguyện co ro người không khác gì một cành hoa bên bìa rừng dưới cơn mưa phùn. Ông Vinh cảm thấy mê hoặc đi trước cái đẹp có vẻ rừng rú của người đàn bà ở một mình trên ngọn đồi vắng đó.

Chờ cho Nguyện quay lưng đi vào nhà xong ông Vinh mới cất cái ống nhòm đi, trèo thang xuống đất, đi lại đống củi trước hiên đem vài khúc vào trong nhà.

Ăn tạm bữa cơm trưa thanh đạm với ít muối mè và mấy cọng rau luộc xong, ông Vinh ra lại bàn cố viết vài chữ. Đúng lúc ông vừa đặt bút xuống định viết giòng chữ đầu thì có tiếng xe ngoài sân. Ông vẫn ngồi yên chờ rồi có tiếng gõ cửa nhè nhẹ.

Mở cửa ra thấy Nguyện, ông cảm thấy vui trong lòng.

- Chào bà, mời bà vào.

Vừa nói ông vừa mở cửa đứng xích sang một bên, Nguyện chưa vào vội, thò đầu vào trong nhìn quanh.

- Chị chưa lên hả anh?

- Chưa đâu, hai ngày nữa lận.

Nguyện rụt rè đặt chân vào nhà rồi bước hẳn vào xong đưa cho chủ nhà một chục cành hoa hồng được gói cẩn thận trong tờ giấy báo.

- Tặng anh.

Đỡ mấy cành hồng, ông Vinh hỏi.

- Bà mới hái ngoài vườn phải không? Tôi thấy bà ra vườn đi lại mấy bụi hồng.

Nguyện không có vẻ gì là ngạc nhiên, chỉ chúm chím cười nói.

- Anh nhìn lén tôi từ nóc nhà chứ gì.

- Bà biết?

Cái cười lớn của Nguyện ròn tan.

- Tôi thấy anh trèo lên nóc nhà sửa cái gì đó. Cái ông Quách Thao này thật tệ, cái mái bị dột từ năm trước mà không lo sửa. Lúc hai vợ chồng còn sống tôi qua đây chơi luôn nên nhà họ sao tôi biết hết. Tôi thân với họ lắm.

Rồi trầm giọng xuống.

- Tội nghiệp, cả hai chết sớm quá, mới sáu chục. Ăn ở hiền lành thế mà không được trời phật phù hộ.

Thấy bà hàng xóm còn đứng bên ngưỡng cửa, ông vội mời vào phòng khách.

- Xin lỗi bà, tôi chưa sắm sửa thêm gì. Bà ngồi tạm cái ghế cũ này. Họ bán nhà bán cả bàn ghế cũ trong nhà luôn. Nhà cửa nhiều chỗ còn bụi bặm mà tôi nhác quá chưa lau chùi.

Hai tay thọc trong túi áo manteau, Nguyện bước hẳn vào trong phòng khách nhưng không ngồi xuống, đứng im nhìn xung quanh. Tất cả vẫn như xưa khi Nguyện còn lui tới với hai người bạn quá cố. Bộ ghế sa-lông cũ gỗ nâu bọc vải vàng, cái bàn khách mặt kính trên có đặt một lọ hoa thủy tinh mà mấy cành hồng bà mới đem đến đã được người chủ nhà mới cắm vào, cái đèn chân cao bằng sắt đen trong góc phòng.

Trong phòng ăn bên cạnh, cái bàn gỗ vuông, bốn cái ghế gỗ cũ kỹ vẫn còn nằm y chỗ cũ. Vài cái dĩa nằm trên bàn trông quen thuộc. Những buổi chiều mưa phùn lạnh căm căm, Nguyện đã đến đây ngồi bên bàn và bà Quách Thao luôn bưng ra một dĩa hạt dẻ mới luộc còn bốc khói nghi ngút. Cũng cái dĩa sứ Nhật bản ấy, thật thanh thật đẹp. Nguyện đi lại cạnh bàn, đưa tay ra vuốt lên thành ghế, bà còn nhớ cái nào kêu kẽo kẹt khi được ngồi lên.

Trở ra lại phòng khách, Nguyện nghiêng đầu ngắm một bức tranh thật to treo trên bức tường phía trên lò sưởi. Bức tranh vẽ cảnh hoàng hôn trên một ngọn đồi. Màu vàng úa của những tia nắng đang chết dần nổi bật trên nền trời tím đỏ, trên ngọn đồi cỏ xanh rì và cánh rừng thông xám đen. Nắng như còn cố níu kéo những giây phút cuối cùng của ngày với những vệt nắng bám vào những cành cây trơ trụi giống như những ngón tay gầy guộc của một con bệnh nan y trong hơi thở cuối bấu chặt lấy thành giường trước khi buông xuôi để về thế giới bên kia.

Ông Vinh nhìn Nguyện đứng ngắm bức tranh thật lâu. Nét xúc động trên mặt người đàn bà là vì cái đẹp trong bức tranh hay vì những kỷ niệm xưa với hai bạn cũ qua bức họa?

- Bức tranh tuyệt đẹp, ông nói khẽ.

- Anh thích nó?

- Vâng, nhưng tôi không dám phân tích bức họa trước mặt bà. Tôi chỉ biết là nó đẹp.

Nguyện quay sang cười khẽ.

- Anh không phải là họa sĩ nhưng có thể cho biết theo cái nhìn của một văn sĩ.

- Bà biết tôi viết?

- Tôi thấy tập giấy trên bàn.

Ông Vinh hơi ngượng, giải thích qua loa mình đang viết một chuyện dài cho một nhật báo dưới Sài Gòn.

- Truyện gì thế anh? Anh đăng trên báo gì?

- Truyện về một chuyện tình ... một cuộc ngoại tình, đăng hàng ngày trên báo Tiếng Chuông.

Nguyên ngồi xuống cái ghế nệm thật tự nhiên, bắt chéo chân đong đưa. Mái tóc vẫn còn rối bù, vài lọn lằng lơ trên trán. Da mặt ửng hồng vì khí hậu lạnh cao nguyên, hai má lúm đồng tiền, mũi thanh, đôi môi dày đánh phớt son nhạt. Khuôn mặt của người đàn bà thật quyến rũ nhất là với đôi mắt đen láy dưới cặp mi dài quăn.

- Bà dùng gì không? Một tách cà phê nóng?

Không chờ Nguyên trả lời, ông đi vào bếp, lục đục đun nước và sửa soạn hai cái phin cà phê. Trong khi đặt ấm đun nước, ông nghe tiếng khách từ ngoài vọng vào.

- Truyện anh viết sắp xong chưa?

Ông đi trở ra, lắc đầu đáp.

- Mới viết được một nửa thôi.

- Anh kể tôi nghe đi! Ở trên này tôi không đọc báo nên không biết.

- Bà đọc các tạp chí khác?

- Có! Tôi mua nguyệt san Chọn Lọc và Văn Chương.

Ông Vinh gật gù. Hai báo đó có uy tín đó được giới viết văn ưa chuộng vì những bài vở được đăng trên chúng đều có giá trị về mặt văn chương và nghiên cứu.

Nguyện tủm tỉm cười.

- Tôi đoán ông cũng có bài đăng trên hai tạp chí ấy.

Câu trả lời thật khiêm tốn, một bài thôi, rồi ông Vinh đi lại vào bếp, một lúc sau trở ra với hai tách cà phê, đưa một tách cho khách.

Uống một ngụm xong Nguyện đặt tách xuống bàn, thò tay vào túi áo manteau lấy ra một hộp giấy nhỏ, lôi ra một điếu thuốc màu nâu.

- Ông cho phép?

Chủ nhà xua tay.

- Bà cứ tự nhiên, tôi không hút nhưng khói thuốc không làm phiền tôi.

Ngọn lửa trên đầu cây diêm bùng lên. Ngọn khói xám nhạt tỏa ra một vùng, biến cột nắng vàng chiếu xuyên qua cửa sổ vào trong phòng thành một hình tam giác trắng đục. Một mùi thơm đậm đà phảng phất trong không khí.

Hai người ngồi đối diện nhấm nháp cà phê trong im lặng. Ông Vinh chờ Nguyện hỏi thêm về câu truyện ngoại tình của mình nhưng không, người đàn bà vẫn ngồi im đó, lâu lâu đưa điếu thuốc lên miệng rồi ngả đầu ra sau, hai môi hé mở để làn khói từ từ trường ra.

Quá trưa, mặt trời bên ngoài đã lên cao. Những cụm mây đen biến đâu mất hết để ánh nắng chiếu xuống chan hòa khắp nơi. Ông Vinh giờ mới để ý thấy cả căn phòng ăn và nửa phòng khách chìm trong ánh nắng. Cả căn nhà ấm lên. Tiếng chim kêu ríu rít ngoài vườn.

Nguyện chợt lên tiếng đề nghị.

- Mình đi dạo một vòng đi, sẵn để anh xem cho biết xung quanh đây luôn.

Hai người sánh vai đi bên nhau. Ông Vinh thích mùi hương thơm từ tóc Nguyện. Có gì bí hiểm về người đàn bà này thu hút ông, một người đàn bà ở một mình nơi đèo heo hút gió, không chồng con, không một người thân. Nguyện búng mẩu thuốc xì-gà ra xa với một cử chỉ thật khéo như một người đàn ông sành hút thuốc. Đã từng gặp đàn bà hút thuốc trước kia nhưng ông Vinh chưa bao giờ thấy một phụ nữ nào hút xì-gà như bà hàng xóm. Thật lạ! Thật quyến rũ!

- Từ hôm lên đây, anh đã đi dạo xung quanh thường chứ? Nguyện kéo cổ áo manteau lên.

- Chưa. Mấy hôm nay mưa quá, tôi nằm chết dí trong nhà. Trên đây mưa nhiều thế.

- Sẽ quen đi.

Một ngọn gió thổi ngang, những sợi tóc rũ xuống đâm vào mắt vào miệng nhưng Nguyện để mặc chúng. Hai người đi dọc theo con đường đất nhỏ về hướng chân đồi. Đi được hơn trăm thước, Nguyện dừng chân, chỉ tay về hướng nhà mình.

- Mình đừng đi xuống đồi. Đằng kia có một con đường tắt đi xuyên qua cánh rừng thông giữa đồi anh và đồi bên kia cho đến nhà tôi. Mình đi lại đó.

Không chờ ông Vinh thuận, Nguyên quay gót đi thẳng làm ông phải rảo bước đi theo. Đúng thế, con đường mòn này dẫn vào cánh rừng thông. Từ bìa rừng cách nhà ông không xa nhưng có lẽ không có đường đi vào trong rừng như con đường hai người đang đi. Cây cối trong này lúc đầu thưa nhưng càng vào trong càng dày đặc và cánh rừng trở nên âm u hơn và không khí lạnh lẽo hơn.

- Những lần bà đi trong này một mình bà không sợ sao?

- Ban đầu thì có nhưng quen dần. Đi ban ngày thôi, ban đêm sợ có beo cọp.

Nghe giải thích thế nhưng ông Vinh biết mình sẽ không bao giờ có gan đi vào trong rừng một mình.

"Bà này chắc đầu óc không bình thường," ý nghĩ loé lên trong óc ông.

Có tiếng xào xạc như ai dẫm lên lá cách chỗ hai người không xa. Ông Vinh đứng khựng lại, tim đập mạnh hơn. Tiếng dẫm lên lá im bặt rồi bất thần từ sau một bụi lá cao bằng đầu người hai con nai vọt phóng ra biến mất trong cánh rừng thông.

- Anh thích đi săn?

- Không! Tôi không thích giết thú vật.

- Nhưng người khác giết thì mình ăn?

- Còn bà thì sao?

- Anh Vinh này, đừng gọi tôi là bà nữa, làm tôi cảm thấy già. Gọi bằng tên đi. Tôi trẻ hơn anh mà.

Ông Vinh ngần ngừ. Câu hỏi về đi săn về ăn thịt rừng đứng khựng lại ở cửa miệng. Gọi bằng tên quá thân mật không? Ông chưa biết nói sao thì Nguyện thọc tay sâu hơn vào túi áo, vai co lên nói đi về.

- Lạnh quá thôi mình đi ngược trở ra. Từ đây nếu đi tiếp về nhà tôi phải hơn mười lăm phút nữa.

- Đường vừa xa vừa lạnh lẽo mà nguy hiểm thế này thì sao trước kia ... không đi xe bằng con đường kia. Vào trong này làm gì?

Nguyện không trả lời câu hỏi cố tình không có chủ từ. Về đến sân trước nhà, Nguyện đi lại xe mình, trước khi leo lên quay lại nói.

- Mai chắc anh bận nhà cửa đón chị lên. Chiều nay mời anh sang dùng cơm tối. Anh cứ lái xuống chân đồi đến ngã ba, nếu đi thẳng thì sẽ xuống chợ nhưng anh sẽ rẽ phải, đi theo con đường nhỏ một lúc sẽ lên đồi tôi.

Câu trả lời đến sau một phút im lặng.

- Sáu giờ tôi sẽ sang.

Nguyện mỉm cười, lên xe, gài số rồi rú ga phóng thật nhanh xuống chân đồi. Ông Vinh quay lưng đi vào nhà. Mùi xì-gà đậm đà còn phảng phất trong phòng.

· · ·

Đồng hồ treo tường gõ năm tiếng. Nguyện đặt cây cọ vẽ xuống bàn, chùi tay vào áo khoác. Bức tranh "đồi thông hai mộ" mà Trọng mỉa hôm nọ hôm nay vẽ gần xong.

Mùi thịt kho từ cái nồi trên lò bay thoảng đến. Nguyện đi lại gắp một miếng thịt cho vào miệng ăn thử xong gật gù ra chiều hài lòng xong mở nắp vung nồi canh dưa chua bên cạnh lấy muỗng múc lên nếm. Sẵn dĩa dưa chua kế đó, Nguyện thò tay bốc một cọng đưa lên miệng cắn.

Phòng vẽ và nhà bếp nằm chung trong một căn phòng trước thửa vườn sau nhà. Một đầu phòng dành cho việc vẽ với diện tích chiếm hơn hai phần ba diện tích căn phòng. Giá vẽ, canvass, dụng cụ và vật liệu hội họa nằm hỗn độn khắp nơi. Đầu kia là nhà bếp với hai cái bếp dầu hôi, một gardemanger đựng thức ăn, vài cái nồi niêu soong chảo treo trên vách và chồng chén dĩa xếp ngăn nắp trên một cái chạn gần đó. Bếp chỉ có thế. Cái bàn ăn tròn ngăn phần bếp và phần vẽ của căn phòng đã được trải một tấm khăn trắng, hai cái chén được bày ra với hai đôi đũa nằm trên hai chiếc khăn tay trắng xếp thật khéo, chai rượu mở sẵn, tất cả chỉ chờ khách đến.

Nguyện đi trở lại đứng trước giá vẽ nhìn lên bức tranh. Mặt trời bên ngoài đã xuống sau rặng cây thông, hắt lên bức họa một màu vàng úa tiếp vào màu vàng sơn dầu trên nền vải. Thêm một buổi hoàng hôn trên ngọn đồi này cũng như bao nhiêu buổi hoàng hôn khác mà Nguyện thấy mỗi ngày trong năm năm qua. Không biết bao nhiêu cảnh hoàng hôn trên ngọn đồi này đã được họa lên vải, hoàng hôn đầu xuân hứa hẹn, hoàng hôn chiều hạ rực rỡ, hoàng hôn cuối thu ảm đạm, hoàng hôn mùa đông rũ rượi. Chúng có khác nhau là bao nhưng Nguyện vẽ mỗi cảnh hoàng hôn với mỗi tâm trạng khác nhau. Sự khác biệt giữa những tâm trạng được thể hiện qua sự khác biệt giữa sự lựa chọn màu sắc, cách pha màu, những nét đậm nhạt khác nhau. Sự thay đổi tâm trạng, có lúc chậm như hoàng hôn mùa hè, có lúc thật nhanh như hoàng hôn mùa đông, như một bàn tay vô hình nắm lấy bàn tay người họa sĩ điều khiển cái cọ trên tấm giấy bồi để tạo nên một hình thành tối hậu, kết tinh của những xúc cảm trong suốt thời gian sáng tạo.

Vừa bật diêm châm ngọn nến trên bàn ăn, Nguyện nghe có tiếng xe từ dưới chân đồi đi lên lớn dần. Ông hàng xóm đến, Nguyện đi ra cửa đón.

B.N. Khôi

5

Bà Vinh lên hai ngày sau. Sáng sớm ông xuống đón bà tại bến xe đò xong ghé chợ mua một ít thịt rau và các thứ khác rồi về thẳng nhà. Bà đi xem xét từng góc cạnh căn nhà, trong và ngoài, dọn dẹp và sắp xếp lại bàn ghế theo ý. Ông Vinh biết tính vợ nên để mặc bà trong nhà làm gì thì làm, ông xách búa kềm đi ra ngoài vườn sửa lại cái hàng rào có vài chỗ gần bị đổ xuống. Sửa hàng rào xong ông nói bà ông cần trèo lên nóc nhà xem lại mấy miếng ngói. Lên trên ông ngồi dựa lưng lên ống khói mắt nhìn về ngọn đồi bên kia. Ông hy vọng bà hàng xóm đang đứng trong bếp nhìn ra thấy mình trên nóc nhà nhìn sang bên ấy. Ông biết Nguyện ở nhà vì thấy chiếc Renault đậu sau vườn và một làn khói mỏng đang bốc lên từ ống khói.

Ngồi trên đó được một lúc sau ông Vinh trèo xuống, xách rìu đi vào rừng đốn thêm một mớ củi. Lần này ông chịu khó khệ nệ khuân vào trong nhà để cạnh lò sưởi cho mau khô và tiện dùng. May trời mấy hôm nay không mưa nên đống củi bị ướt hôm nọ cũng khô được phần nào. Tuy vậy cũng phải chờ một hai ngày nữa củi mới đốt được. Ông định qua nhà Nguyện xin một ít nhưng nghĩ sao đổi ý, ông lái xe xuống chợ mua vài bó đốt tạm trong khi chờ đống củi ở nhà khô hẳn.

Từ chợ về, khi xe đến chỗ ngã ba con đường đất, ông Vinh dừng xe, nhìn sang con lộ nhỏ đi lên đồi Nguyện tần ngần vài phút rồi lái về nhà. Vào trong nhà ông thấy vợ đang đứng nhìn bức tranh treo trên lò sưởi.

- Cái bức tranh trời chiều này em không thích nhưng cứ để đó rồi tính sau. Mai mốt về ở thì đem theo hình gia đình và vài bức khác để treo.

Nghe vậy ông tự dưng thấy hơi buồn trong lòng nhưng không nói gì.

Buổi tối ăn cơm tại nhà Nguyện, ông đã thấy một bức tranh vẽ gần xong còn nằm trên giá vẽ. Ông để ý thấy bức tranh đó cũng vẽ cảnh hoàng hôn gần giống bức treo trên lò sưởi nhà mình. Nhìn gần hơn ông nhận thấy hai bức đó rất giống nhau, từ nét vẽ cho đến bối cảnh nhưng đèn trong phòng vẽ rất lu mờ nên ông không quan sát rõ được những đường cọ có giống nhau không. Đang đứng ngắm bức tranh thì ông nghe tiếng chân từ phòng trong đi ra nên vội trở lại bàn ăn. Nguyện đã ra đón ông ngoài sân khi ông mới đến, mời khách ngồi xong xin phép đi vào trong, một lát sau trở ra với mái tóc buộc lên cao để lộ một cần cổ cao thon nõn nà nổi bật trên chiếc khăn quàng cổ đỏ.

Nguyện mở chai rượu rót ra ly mời khách. Trong ánh đèn nến lung linh trên bàn ăn, mặt người đàn bà như đỏ ửng lên. Mỗi lần bà uống một ngụm rượu xong đặt ly xuống, cặp môi tô son hồng nhạt bóng lên dưới ánh đèn. Ông Vinh cảm thấy vô cùng xao xuyến trong lòng. Ông thật chưa biết tâm trạng mình đối với người đàn bà này. Mới gặp nhưng ông cảm thấy mình đã bị thu hút thật nhiều, có lẽ mê hoặc thì đúng hơn rồi ông nhớ lại mẫu truyện ngoại tình mình đang viết cho báo Tiếng Chuông. Mặc dù hai người chỉ mới biết nhau nhưng ông không tránh được so sánh giữa truyện và đời, rồi nhất là sau này khi ông dọn lên đây ở luôn sẽ gặp người đàn bà láng giềng này thường hơn, một môi trường vun sới cho một tình cảm đang nhen nhúm. Sao lại có những tình tiết giống nhau thế! Giả dụ ông dùng những gì ông đang sống thực, những gì đang diễn tiến trong óc trong tim ông để viết vào câu truyện, có lẽ nó sẽ sống động hơn và thật hơn. Cả đời ông chưa bao giờ phạm tội ngoại tình. Câu truyện ông viết chỉ hoàn toàn dựa trên trí tưởng tượng và những gì lượm lặt được do nghe kể lại từ những kinh nghiệm bản thân của người khác.

Câu hỏi của Nguyện kéo ông từ chín từng mây xanh xuống đất.

- Anh Vinh suy nghĩ gì mà thừ ra thế? Bây giờ anh kể cho đây nghe câu truyện anh đang viết đi.

Nét mặt đầy bối rối của ông Vinh làm Nguyện bật cười để hở hai hàm răng trắng đều đang ngậm điếu thuốc nâu. Bà nhắc cái nến trên bàn đem đến gần mặt châm điếu xì-gà nhưng mắt vẫn nhìn khách. Ông Vinh có cảm tưởng hai ngọn lửa lung linh trong cặp mắt đối diện như hai ngọn đèn soi thấu vào tim mình, đọc được ý tưởng trong đầu mình và nhất là đang ra sức chế ngự mình.

- Nếu anh nhất định không kể thì Nguyện đoán rồi anh nói có đúng không.

Một trò chơi nguy hiểm nhưng lại đầy thích thú!

- Thế thì nhất rồi.

Thở ra một làn khói, Nguyện nói giọng chậm rãi.

- Một người đàn bà đã có gia đình, không, một người đàn ông đã có vợ nhưng tằng tịu với một bà độc thân. Hai người gặp nhau trong một hoàn cảnh hi hữu. Người đàn ông là một thương gia đi buôn bán xa và đã gặp người đàn bà ấy trong một chuyến đi ở đâu đó. Bà này nhẽ ra không gặp người đàn ông nhưng định mệnh bắt bà ta phải gặp. Định mệnh ra sao thì Nguyện không biết chi tiết của nó. Người đàn ông ban đầu cố cưỡng lại tiếng gọi của tình yêu vì sợ mang mặc cảm tội lỗi nhưng ...

Nguyện ngưng nói, mắt chăm chú nhìn ông Vinh, nhếch mép cười. Ông không biết được nụ cười ấy có ý nhạo báng chê truyện mình viết là tầm thường hay diễu cợt ngụ ý ông đang sắp trở thành một nhân vật trong một truyện ngoại tình thật ngoài đời hoặc ngay cả thách thức ông phải xử thế ra sao một khi ông nhập "cuộc chơi". Tại sao Nguyện lại cố ý thu hút ông vào vòng vây của bà nhưng mặt khác tìm cách đẩy ông xa ra bằng sự châm biếm. Ông cảm thấy khó chịu, không thích bị xem thường là người viết văn dở hay bị người khác đùa cợt với tình cảm của mình.

Ông nhíu mày, nói hơi gắt.

- Chắc Nguyện thấy truyện tôi viết xoàng.

- Tại sao anh lại kết tội nhanh thế, chưa đọc thì làm sao biết được nó xoàng hay không. Câu truyện ngoại tình nào mà chả vậy, ăn thua là mình viết sao cho éo le và có nhiều tình tiết khúc mắc để lôi cuốn người đọc. Nguyện không phải là văn sĩ, xin miễn phê bình tác phẩm của anh cũng như anh từ chối bình phẩm những bức tranh trước mặt Nguyện vậy.

Tự nhiên ông Vinh xem cuộc đối thoại trở thành đấu

khẩu và ông đang đuối lý và điều đó làm ông bực hơn. Ông nâng ly lên uống cạn. Khi nhìn lên, ông thấy mắt Nguyện vẫn không rời mặt mình.

- Truyện tôi viết chỉ có thế, nếu Nguyện đọc chắc buồn ngủ mất. Tranh Nguyện vẽ hẳn khá hơn truyện tôi viết, như bức tranh tôi thấy trong phòng vẽ bên cạnh chẳng hạn.

- Tranh vẽ đẹp hay không, truyện đọc thú hay không tùy người xem tranh và người đọc. Nguyện đã nói chưa đọc truyện anh viết nên miễn phê bình.

Ông Vinh tự rót rượu vào ly mình lên đến mép rồi uống một ngụm thật to. Men rượu xông lên đầu làm mặt ông đỏ bừng lên. Ông nhìn đóm lửa đỏ lên trước khuôn mặt người đàn bà lờ mờ sau làn khói, tự nhiên thấy thèm một điếu thuốc dù đã bỏ hút được mấy năm.

- Cho tôi xin một điếu.

Trong mắt Nguyện loé lên tia nhìn ngạc nhiên lẫn thích thú. Bà đẩy bao xì-gà trên bàn lại trước mặt khách. Ông lấy ra một điếu châm lửa. Hơi đầu làm ông ho lên khúng khắng và chóng mặt, cảm thấy đầu mình xoay vòng mắt hơi hoa lên. Những hơi kế tiếp không còn làm ông ho nhưng mắt bị cay lên vì khói thuốc phải nhíu lại. Chắc cái nhíu mắt làm Nguyện đổi đề tài.

- Anh kể về chị đi!

- Nguyện muốn biết gì về vợ tôi?

- Chị là người thế nào? Đẹp không hay xấu như Nguyện? Tính tình hiền lành hay dữ? Thương chồng? Ghét chồng?

Ông xoải dài hai chân ra, ngả người về phía sau lên trên thành ghế, dấu hiệu của một người trong trạng thái thoải mái vì ông muốn tránh nói về câu truyện ngoại tình đang viết.

- Tranh vẽ đẹp hay không tùy người xem tranh. Vợ đẹp hay không tùy mắt chồng. Nguyện cũng đẹp chứ (Người đàn bà đối diện mỉm cười). Vợ tôi và Nguyện đẹp những nét khác nhau, cũng như bức tranh trời chiều trong phòng vẽ kia và bức tranh treo trong nhà tôi. Mà Nguyện có thấy chúng đẹp hai cách khác nhau không dù rất gần giống nhau? Chúng tôi lấy nhau được hơn hai chục năm. Thằng con trai tôi bây giờ hai mươi hai.

- Cháu lớn thế? Còn đi học hay đã đi làm, hả anh?

- Nó còn học bên Pháp, sắp xong. Trở lại chuyện vợ tôi, vợ tôi hiền hay dữ cũng tùy lúc. Còn Nguyện hiền hay dữ tôi chưa dám nói, với lại điều đó đâu có ảnh hưởng gì đến tôi để mà nói. Người ở đồi bên này người đồi bên kia ... và và lại Nguyện ... không phải là vợ tôi (Người đàn bà nâng ly rượu lên che nụ cười).

Đến tối khuya khi ra về, ông Vinh thấy bức tranh vẽ không còn nằm trên giá vẽ. Có lẽ khi ông dùng phòng tắm, Nguyện đem nó cất vào phòng ngủ.

. . .

Có tiếng guốc trên cầu thang rồi tiếng bà Vinh từ trên vọng xuống phòng dưới gọi chồng.

- Anh ơi, đưa em xuống phố chơi một lúc, hãy còn sớm.

Xe xuống đến ngã ba đường, bà chỉ con đường nhỏ rẽ phải hỏi.

- Đường này đi đâu hả anh?

- Đi lên một ngọn đồi bênh cạnh, ông Vinh trả lời.

- Sao anh biết, anh lên đó chưa? Trên đó đẹp không?

"Đẹp lắm," ông Vinh nghĩ thầm khi nghĩ đến khuôn mặt Nguyện trong bữa cơm tối hai đêm trước.

- Anh lên trên đó chưa? Bà Vinh hỏi tới.

Câu trả lời ngập ngừng.

- Lên rồi ... ờ ... có một cái nhà trên đỉnh đồi như nhà mình vậy.

- Ai ở trên đó vậy anh? Anh gặp họ chưa? Ở trên này dân thưa mình phải quen biết hàng xóm biết đâu đêm khuya lỡ mình cần gì.

Ông Vinh quyết định hay nhất là kể hết cho vợ nhưng dĩ nhiên không nói gì về cảm nghĩ của mình về người đàn bà láng giềng ở một mình trên ngọn đồi bên cạnh đó.

Bà Vinh vừa nghe vừa liếc mắt nhìn sang, ông chồng thì vẫn chăm chú lái xe.

- Bà đó kỳ nhỉ, ai đời đàn bà con gái tự nhiên lên đây ở một mình, gia đình đâu?

Nói xong bà chép miệng ngồi im suốt quãng đường đi ra phố quận. Nghe vợ nói vậy, ông Vinh nhớ buổi tối hôm đó ông quên không hỏi Nguyện về gốc gác gia đình. Điều duy nhất ông biết về người đàn bà đó là quan hệ với Trọng địa ốc trước kia.

Xe đi trên con đường chính của quận. Đã quá trưa nên mặt trời đứng bóng. Trên cao nguyên lạnh quanh năm, hôm nào được ấm như vầy người ta đổ ra đường đi dạo và mua sắm. Đi ngang qua văn phòng địa ốc của Trọng, ông Vinh nhìn thấy đóng cửa im ỉm. Không biết tên này đi đâu, không chừng hắn mò lên đồi Nguyện.

"Họ đâu còn đi với nhau nữa đâu," nghĩ thế nhưng ông không khỏi thấy ngọn lửa ghen đang nhen nhúm trong lòng. Ông đâm mất vui muốn đi về nhưng đúng lúc đó bà vợ bảo ngừng xe trước một cửa tiệm bán bàn ghế để vào trong xem có gì mua được không nhất là cần mua một cái tủ nhỏ đựng quần áo vì cái tủ ở nhà quá cũ có chỗ bị mốc, để quần áo không tốt.

Để vợ ở trong tiệm trả giá, ông Vinh đi ra xe ngồi chờ. Văn phòng của Trọng cách đó không xa, từ trong xe nhìn ra thấy được cửa văn phòng. Ông một mắt để ý vợ trong tiệm một mắt nhìn bên kia xem Nguyện có đi vào đó không. Một đỗi sau thấy vợ đi ra, ông quay kính xe xuống đưa mắt ngụ ý hỏi mua được gì không nhưng bà lắc đầu.

- Đắt quá, để đi vòng quận xem còn tiệm nào khác không, chả lẽ cả quận chỉ có một tiệm gỗ.

Đánh xe đi vòng qua con đường đất đỏ cuối chợ, ông Vinh chỉ cho vợ thấy một tiệm bán bàn ghế khác. Tiệm này trông xoàng hơn và không nằm trên con đường chính, có thể bán giá thấp. Hai người đi vào trong, tiệm vắng hoe không một khách hàng.

- Vắng thế này chắc họ bán rẻ, bà Vinh nói thầm vào tai chồng.

Người chủ tiệm, một người đàn ông trung niên, đang ngồi lắng tai nghe một bài cải lương từ cái radio transistor nhỏ xíu, thấy khách vào đứng bật dậy đi ra, hai tay xoa vào nhau, miệng nở một nụ cười thân thiện. Bà Vinh nói mình cần một cái tủ nhỏ để đựng quần áo. Tên chủ dẫn bà đi vào tuốt bên trong rồi chỉ cho thấy mấy cái tủ đủ kiểu đủ cỡ. Bà xem xét từng cái, mở ngăn kéo ra đóng lại, tay xoa lên mặt gỗ. Sau cùng bà chọn một cái, hỏi giá, lắc đầu chê đắt. Hai người đứng kỳ kèo một lúc thật lâu mới xong. Bà bắt tên chủ phải giao hàng vì vợ chồng bà không có phương tiện.

- Nhà ông bà ở đâu? Hắn hỏi.

Bà Vinh quay sang chồng. Ông nói nhà trên đỉnh Gió Hú. Tên chủ nhăn mặt, nói nhà trên núi cao xe ba gác khó lên, sẽ phải mướn xe vận tải chở phải trả thêm tiền. Bà Vinh thất vọng ra mặt. Tìm được một cái tủ ưng ý giá thấp bây giờ lại lòi ra tiền chuyên chở, cộng vào thì chả rẻ là bao. Bà đưa mắt nhìn chồng vấn ý nhưng ông này chả biết gì hơn. Ông nói nhỏ, thì phải trả tiền chở nhưng trả giá với nó. Bà vợ còn đang chần chừ thì có tiếng quen từ ngoài cửa tiệm vọng vào.

- Chào ông Vinh. Ngọn gió nào trên đồi thổi ông xuống đây!

Hai người quay lại thấy Trọng đang đi vào. Hắn vừa tiến lại một tay nhấc cái mũ trên đầu xuống tay kia đưa ra. Ông Vinh bắt tay hắn rồi giới thiệu bà vợ với Trọng. Tên này lịch sự cúi đầu chào.

- Lúc đi ngang thấy xe anh đậu ở ngoài tôi đoán anh ở trong này, ghé vào xem. Anh chị sắm bàn ghế mới cho nhà mới?

Bà Vinh vội kể lể nỗi khổ sở của mình. Linh cảm bà cho biết Trọng giúp đỡ được vụ chở cái tủ về nhà. Quả đúng thế!

- Anh chị thật may lắm đó. Anh thấy cái xe gì đậu ngoài cửa không?

Ông Vinh đi ra cửa nhìn ra đường. Một chiếc xe vận tải nhỏ nhà binh loại Dodge 4 đậu bên lề. Trọng thao thao nói có vẻ khoe khoang.

- Vận động với ông quận trưởng được ông cho mượn cái xe ấy hai giờ đồng hồ để chở đồ lên nhà bà Nguyện giùm bà. Sẵn đây thì chở cho anh chị luôn, xe còn nhiều chỗ.

Có lẽ hai người lúc đó vui mừng nhất là bà Vinh và tên chủ tiệm, người được của người được tiền. Bà đon đả.

- Thế thì nhất rồi. Vậy thì để tôi trả tiền rồi mình liệu chở nó đi!

Trả tiền xong, ông Vinh và Trọng khệ nệ khiêng cái tủ ra ngoài. Trên chiếc Dodge 4 đã có sẵn một mớ đồ lỉnh kỉnh mà ông đoán là hắn định chở lên nhà Nguyện.

Như đọc được thắc mắc của ông, tên này giải thích.

- Nguyện com-măng mấy đồ vẽ ở Sài Gòn, giao về văn phòng tôi để tôi chở về giùm.

Ông Vinh muốn hỏi Trọng có thường làm vậy cho Nguyện không nhưng sợ vợ đặt dấu hỏi cho sự thắc mắc của mình. May thay bà vợ cũng chia sẻ cái thắc mắc đó.

- Thế sao bà ấy không cho họ giao thẳng về nhà cho được việc?

- Nhà ba ta ở trên đồi khó tìm. Mấy lần mua đồ trước bị mất thành thử bà ấy phải dùng địa chỉ văn phòng tôi. Bây giờ để tôi chở đồ về cho bà Nguyện trước đã rồi ghé nhà anh chị sau. Không lâu đâu.

Hai xe về đến ngã ba, nhìn chiếc Dodge rẽ trái đi mất hút sau rặng cây thông, bà Vinh hỏi chồng.

- Cái ông Trọng này đi lên nhà bà Nguyện trên đồi bên kia có quan hệ gì với bà ta?

Ông Vinh nhún vai trả lời, họ có đi lại với nhau trước kia, xong ngồi im xem đó là chuyện thiên hạ ông không thèm để ý đến nhưng trong bụng đã tự đặt ra nhiều câu hỏi.

Về đến nhà, hai vợ chồng lên lầu sắp xếp lại giường để lấy chỗ cho cái tủ mới. Khoảng một giờ sau thì Trọng đến. Hắn phụ ông Vinh khuân cái tủ lên phòng ngủ trên lầu. Xong xuôi hết, bà Vinh đun nước mời Trọng ở lại uống nước trà. Ông Vinh đâm lo trong bụng vì sợ hắn biết được bữa cơm tối mình ăn ở nhà Nguyện rồi phun ra. Ông sẽ khó giải thích với vợ. Ông biết vợ không có tính ghen tuông vì bà biết tính chồng không lăng nhăng và cả đời ăn ở với nhau chưa bao giờ ông làm gì để bà phải đặt nghi vấn cho lòng chung thủy của chồng. Lần này hình như khác đối với ông vì trong thâm tâm ông đã có khác. Mặc cảm tội lỗi dù chỉ là ngoại tình trong tư tưởng.

Trong khi vợ và Trọng nói chuyện, ông Vinh chỉ nhấp trà không nói gì mà trong lòng hồi hộp chờ giây phút tên này hỏi ông về bữa cơm với Nguyện. Ông thở phào nhẹ nhõm khi hắn đứng lên kiếu từ vì phải đem chiếc Dodge trả ông quận. Đến lúc đó ông Vinh mới mở miệng bảo cho gởi lời thăm ông đại úy.

Tiễn khách ra cửa đi khỏi, bà Vinh khen với chồng Trọng là người dễ gây cảm tình.

- Mình nên làm bữa cơm mời anh ta đến. Mai mốt

khi lên đây ở hẳn chắc sẽ qua lại thân.

Ông chồng chỉ ừ hử cho qua chuyện.

. . .

Nhìn chiếc xe Dodge từ từ lăn bánh xuống đồi, Nguyện nghĩ, "Vậy là bà Vinh mới lên." Trọng mới thông báo về vợ ông hàng xóm trước khi ra về. Tuy muốn hỏi thêm về người đàn bà đó nhưng Nguyện thấy ngại vì không muốn cho Trọng cơ hội đặt chuyện nên ra vẻ không chú ý gì về cái tin mới mẻ ấy. Trọng khiêng mấy thùng cạc-tông vật liệu vào trong nhà xong tự tiện ra ngồi bên cái bàn bếp. Nguyện biết hắn muốn nán lại trò chuyện với mình, trong bụng hết sức muốn đuổi hắn đi nhưng ngặt hắn vừa chịu khó chở hàng lên cho mình nên đành rót một tách trà đem ra mời. Mai mốt sẽ còn nhờ hắn nữa, lần này không phải lần cuối.

- Nguyện định sang gặp bà láng giềng không? Trọng chiêu xong ngụm trà rồi hỏi.

- Tại sao phải sang? Họ đến thì lại chào mình chứ!

- Khó tính nhỉ!

Vừa nói hắn vừa gạt tàn thuốc vào cái gạt tàn trên bàn. Nguyện liếc nhìn theo bàn tay Trọng, hơi giật mình khi thấy cái tách nước ông Vinh uống hôm nọ hãy còn nằm đó. Trọng không để ý nên không thấy bàn ăn dọn ra cho hai người, hai cái dĩa, hai cái bát, hai ly rượu. Nguyện hai hôm nay đâm nhác, không dọn dẹp gì, tang chứng còn rành rành đó. Để lôi sự chú ý của Trọng đi chỗ khác, Nguyện đi lại bức tranh hoàng hôn trên giá hỏi hắn nghĩ sao. Trọng lấy làm lạ vì có bao giờ được hỏi ý kiến về chuyện vẽ vời, hắn thừa biết những nhận xét của mình trong lãnh vực nghệ thuật bao giờ không được tôn trọng nhưng vẫn đứng lên đi lại đứng trước bức tranh, nghiêng đầu ngắm lên ngắm xuống rồi cho lời phê bình nhưng Nguyện nào có nghe hắn nói gì. Một lúc sau lợi dụng khi Trọng phải vào phòng tắm, Nguyện vội quơ mấy cái tách dĩa bỏ vội vào bồn rửa chén rồi quăng cái khăn lau bàn lên che lại.

Trọng đi rồi, Nguyện đi ra vườn sau, kéo cổ áo lên cao đứng nhìn về đồi đỉnh Gió Hú.

"Nếu ông Vinh ở trên nóc nhà, ông hẳn phải thấy mình. Có không hay ông đang bận với vợ? Họ ở đây vài ngày nữa thôi rồi đi, không biết đến bao giờ mới trở lại?"

. . .

Mấy hôm nay trời mưa trở lại. Hai vợ chồng ông Vinh nằm nhà suốt ngày không đi đâu được. Đứng bên cửa sổ trong phòng ngủ trên lầu nhìn xuống những giòng nước chảy dài trên con đường đất đi xuống chân đồi, ông chán nản không biết đến khi nào mưa mới nhẹ hột vì chỉ còn ba ngày nữa thì hai vợ chồng ông sẽ về lại Sài Gòn.

Bà vợ đang nấu cơm dưới nhà. Mùi xào nấu từ dưới bếp bay lên làm ông cảm thấy đói bụng. Ông đi lại ngồi bên bàn viết. Xấp giấy vẫn còn nằm yên trên bàn, vẫn còn trắng tinh. Ông cầm cây bút lên theo phản ứng tự nhiên nhưng cây bút sao như đã khô mực, chữ không còn tuôn ra như trước kia. Từ ngay lên trên đây, ông không viết được một chữ. Câu truyện ngoại tình đang đi vào một khúc ngoặc quan trọng. Trước khi rời Sài Gòn và trên suốt quãng đường lái xe lên trên này, ông đã sắp xếp tư tưởng trong đầu để viết tiếp. Đã đến lúc phải chấm dứt mối tình vụng trộm của đôi tình nhân. Rồi ông gặp Nguyện và bây giờ thì ông đổi ý, ông muốn cuộc tình của hai người kéo dài thêm, thật lâu hay có lẽ mãi mãi. Quá trễ để đổi cốt truyện hay không? Trong những kỳ trước, ông viết họ đã quá mệt mỏi với mối tình lén lút, họ đã chán chường cho cuộc phiêu lưu tình cảm. Những lần gặp gỡ là những dằn vặt vì cả hai thấy họ đã đi đến đường cùng không lối thoát. Họ chưa đi đến đường cùng của cuộc tình nhưng đã đi đến đường cùng của can đảm, không dám bước đi bước nữa để đạt được tột cùng hạnh phúc.

Đặt bút xuống, ông đi ra đứng lại bên cửa sổ. Bên ngoài cơn mưa phùn vẫn còn lất phất, một làn sương mù mỏng lơ lửng trên mặt đất, trên những ngọn cây tạo nên một cảnh tượng thật đẹp.

"Dưới Sài Gòn không bao giờ mình được thấy những cảnh đẹp như vầy," ông Vinh nghĩ thầm, chiêm ngưỡng cảnh tượng thiên nhiên trên ngọn đồi, "nếu mình là một họa sĩ, mình sẽ vẽ cảnh một ngọn đồi thông dưới cơn mưa và sương mù. Chắc Nguyện đã vẽ một bức như vậy, lần tới gặp mình phải hỏi thử," rồi ông chợt thấy thèm một điếu xì-gà, cái loại nhỏ mà Nguyện hút. Ông đã quên hỏi tên loại xì-gà đó để khi về Sài Gòn sẽ mua hút lại.

Có tiếng vợ dưới nhà gọi xuống ăn cơm. Ông Vinh đi xuống cầu thang. Bữa cơm thanh đạm diễn ra như một phim câm, hai vợ chồng ngồi ăn không nói một tiếng.

. . .

Tiếng xe trước cửa nhà khục khặc lên vài tiếng rồi chết lịm. Nguyện đặt cọ vẽ xuống bàn đi ra xem ai đến. Bà vừa vui lẫn ngạc nhiên thấy ông Vinh vừa xuống xe đi lại, trên tay cầm một bó hoa hồng.

- Tôi đến chào Nguyện sáng mai về Sài Gòn.

Nguyện mở cửa ra mời khách vào. Ông Vinh bước vào hai tay đưa bó hoa ra.

- Tôi không ở lâu được, chỉ đến chào thôi, không biết khi nào trở lại. Tôi không có gì nhiều, chỉ bó hồng tặng Nguyện để cám ơn bữa cơm tối tuần trước.

Nói rồi ông lập lại câu, không biết khi nào trở lại.

Nguyện đỡ lấy bó hoa.

- Anh ở lại dùng tách trà chứ.

Ông Vinh lưỡng lự rồi gật đầu. Nguyện vội đi lại bếp đặt ấm nước trong khi ông đi lại bức tranh trên giá vẽ ngắm nghía. Ông cảm thấy thích thú. Trên giá vẽ là một bức tranh cảnh đồi thông dưới cơn mưa. Bức họa chưa hoàn tất nhưng đã nói lên được ý nghĩa của nó. Buồn, thê lương, cô đơn. Rồi ông bật cười. Nhìn ánh mắt đầy thắc mắc của Nguyện, ông giải thích cảm nghĩ của mình hôm qua khi đứng bên cửa sổ nhìn ngọn đồi Đỉnh Gió Hú dưới cơn mưa và sương mù và ước mơ mình là họa sĩ để vẽ lên cảnh ấy.

- Nguyện chắc có thần giao cách cảm, đọc được ý nghĩ của tôi.

- Anh thích nó không?

- Có, đẹp lắm.

- Tặng anh đấy.

- Nhưng Nguyện vẽ chưa xong.

- Lần tới anh đến thì xong.

Nguyện rót nước sôi vào ấm trà. Làn hơi nước nóng

mỏng dảnh như một sợi dây lụa bốc lên nhẹ nhàng từ vòi ấm. Một làn gió lạnh thổi vào qua cánh cửa sổ mở hé. Nguyện không đóng cửa sổ dù trời lạnh. Ông Vinh vẫn chưa quen cái lạnh cao nguyên, hơi rùng mình. Nguyện bóc một bao xì-gà mới, lấy ra một điếu châm xong mời khách. Ông nhìn bao thuốc màu đen viền vàng có hình con chim vàng ở giữa nằm trên hàng chữ Phoenix Cigarillos. Ông lẩm bẩm cái tên, cố ghi nó vào óc cũng như mùi thơm dịu ngọt của thuốc.

Nguyện rót trà vào tách rồi đẩy sang.

- Anh không biết khi nào trở lại?

Ông Vinh lắc đầu. Hút hết điếu thuốc, ông đứng lên nói phải ra về. Nguyện đưa ông ra tận xe. Ông bắt tay người đàn bà, làn da thật mịn và ấm, cũng như mùi thuốc Phượng Hoàng khi nãy.

Về nhà, ông nói vợ mình phải xem lại nóc cho chắc ăn trước khi đi ngày mai. Ông cầm kềm búa bắc thang leo lên mái nhà, chập chững đi lại đứng vịn vào ống khói rồi móc từ trong túi áo lạnh cái ống nhòm con đem lên mắt nhìn về ngọn đồi bên kia. Ông chợt thấy vui. Nguyện đang đứng sau vườn trong cái áo len cổ hữu rộng quá khổ. Ông Vinh đưa tay lên phất qua lại mình nhưng dường như Nguyện không thấy vì bà quay lưng đi trở vào trong nhà.

Vài giọt mưa rơi trên mặt, ông Vinh lấy tay áo lau đi những giọt nước, trèo xuống thang.

~§~

6

Đoàn xe nhà binh vừa đi ngang qua để lại mấy cụm khói xám nồng mùi xăng. Nhiều người phải lấy tay bịt mũi hay quơ quơ trước mặt, có người ho lên khúng khắng. Ông Vinh vội quay cửa kính xe lên. Đến ngã tư đường đèn đỏ ông ngừng lại chờ. Hôm nay rạp Khải Hoàn chiếu một phim Ấn Độ. Phim chưởng Tàu mới chiếu ngày cuối hôm qua. Tấm hình quảng cáo to màu sặc sỡ dán trước cửa rạp với hình vẽ một người con gái Ấn Độ với một núm sơn đỏ giữa trán dưới tựa đề "Người tỳ nữ trong cấm thành". Ông mỉm cười nghĩ lại lần nói chuyện với Nguyện tại bữa tiệc nhà bác sĩ Thăng về phim ảnh Ấn Độ rồi ông mường tượng ra Nguyện đang làm gì vào lúc này. Bây giờ mới bảy giờ sáng, chắc bà hàng xóm trên cao nguyên còn nằm trên giường. Một thân hình âm ấm, eo thon, cặp đùi dài, mái tóc rối ít chải che nửa khuôn mặt. Bảy giờ sáng trên cao nguyên phải lạnh lắm, không như dưới đây.

Đèn xanh bật lên. Ông lên ga để xe từ từ lăn bánh đi thật cẩn thận nhìn hai bên vì đường nhỏ lắm trẻ con băng qua bậy. Thấy sạp bán báo và thuốc lá quen thuộc bên kia đường Lê Văn Duyệt, ông vội tấp xe vào lề đi lại hỏi mua một bao Phoenix cigarillos. Người đàn bà đội nón lá lắc đầu nói chưa bao giờ nghe tên thứ đó.

Hơn một giờ trưa ông Vinh mới lái xe đi ăn. Đến đường Tự Do, ông đậu xe trong một con đường nhỏ sau lưng tòa nhà Quốc hội rồi lững thững đi bộ ra phố đến tiệm cơm La Fleuve quen thuộc cũng trên đường Tự Do gần khách sạn Continental. Tiệm này trước kia hay bán cho người Pháp nhưng từ một hai năm nay bắt đầu có một số ít nhân viên dân sự và sĩ quan Mỹ đến ăn. Tiệm được trang bị máy lạnh, thức ăn ngon, bán khá đắt nhưng với số lương chủ sự Phòng Tiếp liệu và công việc buôn bán thành công của vợ, ông có thể ăn sang không như phần đông công chức cộng hòa.

Người gác cửa nhận ra ông ngay. Hắn niềm nở đưa ông đến một cái bàn nhỏ trong góc phòng xong hỏi đã lâu không thấy khách đến, ông nói mình mới đi nghỉ hè về.

Sau khi gọi thức ăn với cô chạy bàn, lúc cô này vừa quay đi thì ông gọi giật lại.

- Ở đây có bán loại xì-gà nhỏ tên Phoenix cigarillos không cô?

- Dạ ông để em vô hỏi, cô ta trả lời.

Hai cánh cửa tiệm mở tung. Một toán quân nhân Mỹ đi vào miệng bi bô om sòm. Họ cười nói to tiếng một cách rất tự nhiên. Người quản lý chạy đến cúi đầu chào thật lịch sự.

- Mr. Luong! You have our usual table set up? Ông đã sắp sẵn cái bàn mọi bữa của chúng tôi chưa? Một người tóc vàng cao lớn cổ áo đeo hai sọc vàng dưới cầu vai là một cái mũ bê-rê xanh đậm của Lực Lượng Đặc

Biệt Mỹ mới cất tiếng hỏi.

Với một giọng nặng chình chịch, người quản lý trả lời miệng cười thật tươi.

- Of course, captain Johnson. Dĩ nhiên chứ, đại úy Johnson.

Nhóm người Mỹ kéo nhau đi theo người quản lý lại một cái bàn dài giữa phòng ăn. Người bồi bàn như đã quá quen với mấy người ngoại kiều này nên khi họ vừa ngồi xuống hắn đã bưng ra một khay trên có chục chai bia các loại khác nhau, đặt đúng chai nào trước mặt người ấy. Họ uống không cần ly, cầm chai lên tu ừng ực xong lại ồn ào nói chuyện tiếp. Vốn giỏi Anh ngữ vì đã học hết những lớp ở Hội Việt Mỹ và hay nghe các chương trình phát thanh Anh ngữ trên hai đài VOA và BBC, ông Vinh tò mò để tai nghe họ nói gì. Cuộc đối thoại của họ chỉ xung quanh vấn đề chiến sự, chính trị và dĩ nhiên gái.

- Ê, mấy cậu, ông đại úy Johnson lên tiếng, lúc nãy tôi vào một tiệm triển lãm tranh cách đây vài con đường, thấy có bức tuyệt đẹp, làm mình nhớ lại căn nhà nghỉ hè ở Colorado.

Một người mặc thường phục bật cười.

- Ông đại úy lại nhớ đến tuần trăng mật với cô vợ mới cưới rồi!

Đại úy Johnson cười hề hà.

- Đương nhiên nhớ chứ! Trở lại cái bức tranh ấy, mấy cậu phải ghé xem, có lẽ tôi sẽ mua nó. Bức tranh vẽ một cảnh trên cao nguyên Việt Nam, chắc mấy cậu đã nghe những địa danh như Pleiku, Kontum? Đây là một bức họa cảnh một ngọn đồi trong hoàng hôn dưới cơn mưa. Cái đẹp của nó nằm trong ánh nắng chiều, những vệt nắng vàng chiếu lên trên cánh rừng thông, lên trên đỉnh đồi, con đường đất từ đỉnh đồi đi xuống con đường to hơn dưới chân đồi.

- Ai vẽ bức tranh đó vậy đại úy? Một quân nhân đeo lon trung úy hỏi.

- Tôi không để ý, đại úy Johnson nhún vai trả lời, có lẽ một họa sĩ địa phương but I don't care, tranh đẹp là được rồi.

Cầm chai bia lên tu một hơi dài xong dằn xuống bàn, đại úy Johnson nói tiếp.

- Nếu tôi biết chính xác bức họa đó vẽ ngọn đồi nào tôi sẽ ghé xem.

Vẫn người mặc thường phục đáp.

- Be carful, Captain! Charlies are waiting for you there. Cẩn thận đấy đại úy, Vẹm chờ ông ở đó.

Nhóm người Mỹ cười vang lên.

- Excuse me, gentlemen!

Hai người chạy bàn đi đến tay bưng hai cái khay thật lớn trên có nhiều dĩa thức ăn.

Đúng lúc đó cô chạy bàn cho ông Vinh cũng vừa đến. Câu chuyện của bàn mấy người Mỹ cũng đã đổi đề tài. Họ trở lại vấn đề chính trị bên nước họ, cuộc vận động bầu cử năm 1962 giữa Kennedy và Cabot Lodge.

Ông ăn vội xong kêu giấy tính tiền vì muốn đi lại cái phòng triển lãm tranh để xem bức tranh mà đại úy Johnson vừa kể. Đi ra cửa ông mới nhớ là mình quên hỏi cô chạy bàn về bao xì-gà Phoenix.

"Thôi, để khi khác," ông nghĩ.

Chỉ mười phút sau ông đã đến phòng triển lãm trên đường Tự Do. Đây là nơi ông thường đến cuối tuần để xem triển lãm nghệ thuật từ hội họa cho đến điêu khắc, nặn tượng. Người phụ trách phòng triển lãm nhận ra ông ngay, hắn đưa tay lên chào nhưng vẫn ngồi tại chỗ. Hắn biết ông Vinh thường đến chỉ xem, ít khi mua. Ông không phải là khách hàng xộp như những người ngoại quốc. Ông tìm thấy bức tranh giống như lời tả của viên đại úy Mỹ. Ông lại gần nhưng cái đầu tiên ông tìm là tên người vẽ. Hai chữ tắt nguệch ngoạc T.H. không có gì là dấu vết của Nguyện.

- Ông biết ai vẽ bức tranh này không? Ông Vinh hỏi người phụ trách.

Hắn đứng lên, tay gỡ cặp mắt kính xuống lau vào vạt áo, đeo lên lại rồi đi lại đứng trước bức tranh nhìn xong trở lại bàn, lấy trong ngăn kéo ra một cuốn sổ bìa đen dày cộm, lật đến trang bên lề đề chữ T in. Ngón tay hắn đi dần trên trang rồi ngừng lại.

- Họa sĩ Thu Hương.

- Ông biết họa sĩ Thu Hương ở đâu không? Bà ta có gởi tranh ở đây thường không? Những lần trước đến đây, tôi chưa bao giờ thấy tranh của Thu Hương.

- Ông chưa bao giờ thấy tranh của Thu Hương là phải vì đây là lần đầu tiên bà ấy triển lãm tranh chỗ này. Bà này không được nổi tiếng lắm ở Sài Gòn nhưng có tiếng ở những nơi khác như Huế và Đà Lạt. Bà gởi tôi cả thảy ba bức tranh để gởi bán. Hai tấm kia đã có người mua rồi.

- Bà Thu Hương bán giá bao nhiêu vậy?

- Rẻ thôi! Hai tấm kia được một bà tây già mua hôm qua, trả tổng cộng hai ngàn đồng. Còn bức này thì bà Thu Hương đòi đến bốn ngàn, bán chưa được. Lúc nãy có một ông Mỹ vào xem, ông ta có vẻ chịu lắm.

Ông Vinh nghĩ đến viên đại úy Mỹ trong tiệm ăn.

- Hai tấm mà ông bán được vẽ hình gì thế ông? Hình một ngọn đồi dưới cơn mưa hay là trong ánh hoàng hôn?

Hắn nhíu mày.

- Ông đã thấy hai bức đó rồi sao mà ông nói trúng thế? Đúng ra cả hai đều vẽ cảnh một ngọn đồi trong hoàng hôn nhưng lối vẽ, cách pha màu, nét vẽ đều khác nhau. Tôi còn nhớ rõ hai bức ấy vì nằm đây hơn một tuần. Một bức thì vẽ một ngọn đồi trông rất buồn, như là hoàng hôn mùa đông vì màu rất đậm và ảm đạm, còn bức kia thì khác hẳn, cảnh hoàng hôn hùng tráng hơn vì màu sắc tươi và mạnh hơn. Hai bức đó phải đi với nhau, mua một thôi không được. Mua cả hai về treo trong phòng để cho thấy sự tương phản.

- Thế sao bà tây già đó không mua bức này luôn cho đủ bộ?

- Đủ bộ? Tôi thì thấy cái bức này lạc lõng, không đi với hai bức tranh kia được vì nó vẽ cảnh mưa phùn trên đồi trong khi hai bức kia không có trời mưa.

Hắn ngần ngừ một lúc rồi gạ.

- Vậy ông mua nó?

Ông Vinh nghĩ đến cái giá bốn ngàn đồng. Khá bộn đấy! Ông thì rất muốn mua nhưng biết vợ sẽ không hài lòng. Ông còn nhớ lời bà chê bức tranh treo bên trên lò sưởi trong phòng khách trong cái nhà trên đỉnh Gió Hú. Ông lắc đầu.

- Tôi không mua nhưng chắc là ông đại úy Mỹ sẽ trở lại mua.

Suốt buổi chiều trong sở ông Vinh không làm việc được. Hình ảnh bức tranh trong phòng triển lãm cứ lởn vởn trong óc ông. Cái lạnh trong văn phòng điều hòa không khí làm ông nhớ lại cái lạnh trên đỉnh Gió Hú, ông lại thèm một điếu Phoenix. Vài lúc ông định đi về sớm để ghé lại phòng triển lãm mua bức tranh ngọn đồi dưới cơn mưa phùn nhưng lại chùn chân. Người tùy phái vào hỏi ông dùng trà không để hắn pha bị ông mắng đuổi ra, hắn lấy làm lạ vì thái độ của ông chiều nay. Năm giờ chiều, ông quyết định đi mua bức tranh ấy. Đến nơi ông tiu nghỉu khi thấy cái giá vẽ trống không. Tên quản lý khoe ông đại úy Mỹ đã trở lại và mua bức tranh ấy với giá đắt gấp rưỡi. Ông Vinh lái xe ra về như người mất hồn. Ông cảm thấy như mình vừa mất mát một cái gì thật to tát.

· · ·

Chiếc Renault ngừng lại chỗ ngã ba đường. Những vết bánh xe vẫn còn hằn sâu trên mặt con đường đất đi lên trên đỉnh Gió Hú, những vết bánh xe chiếc Citroën dạo nào. Trời đã hết mưa mấy tuần nay, mặt đất đã thành khô cứng. Nguyện bước xuống xe. Một ngọn gió thổi qua làm mớ tóc rớt xuống trước trán. Dưới đất vẫn còn bốn vết bánh xe ông Vinh ngày nào bị lún bùn, bốn cái hố con khô. Từ dưới chân đồi nhìn lên chỉ thấy nóc nhà ông lờ mờ sau rặng cây thông. Nguyện trở vào xe, quay tay lái về bên phải đi lên đỉnh Gió Hú. Chiếc xe trườn lên, đậu ngay trước cửa nhà. Nguyện xuống xe đi lại cửa gõ vài tiếng. Trong buổi trưa tĩnh mịch, tiếng gõ lên mặt gỗ vang cả một khu đồi. Không một tiếng động bên trong. Sau cửa sổ kính phòng khách, ánh nắng chiếu vào trong nhà hắt một vạt dài lên bức tranh sơn dầu treo bên trên lò sưởi. Nguyện đi vào một con đường đất nhỏ bên sườn nhà vòng ra khu vườn đằng sau.

Từ ngày vợ chồng ông Quách Thao chết, thửa vườn bị bỏ hoang đã lâu không được chăm sóc. Cô con gái của họ và nhân viên địa ốc dưới Sài Gòn lên xem nhà để mặc nó. Khí hậu cao nguyên ẩm ướt hầu như quanh năm nên hoa cỏ không bị chết vì khô cháy, nay mọc lan khắp nơi vì không có người trông nom. Lối đi lót gạch thẻ từ bếp xuyên qua khu vườn nay hơn một nửa đã bị che đi bởi những bụi cây giờ mọc lan ra ngoài. Những bụi hoa dại tự do mọc lên, có bụi có những cành hoa cao gần bằng đầu người.

Nguyện đi lại ngồi xuống cái băng gỗ trước cái bàn đá tròn. Cũng tại cái bàn đá này, Nguyện và ông Quách Thao đã từng ngồi bên nhau bao nhiêu buổi chiều ngắm cảnh hoàng hôn. Khi mới quen nhau, bà có ngờ đâu một người thương gia lớn tuổi lại có một tâm hồn thi sĩ lãng mạn. Có lúc ông hứng lên ngâm vài vần thơ do chính ông viết cho Nguyện nghe. Ông thường ngâm những bài về tình yêu ngang trái. Nguyện đùa nói ông và vợ chắc phải một thời lận đận lắm mới lấy được nhau hoặc giả ông đã từng trải qua nhiều mối tình không thành trước kia. Ông Quách Thao chỉ cười rồi ngâm tiếp. Một lúc sau, bà vợ bưng ra một mâm trà, nói đây là trà thân nhân bên Đài Loan gởi sang rất thơm ngon. Bà chủ nhà giải thích trà này người Hoa cho ướp với một loại bông mà chỉ tìm được bên đó. Tuy không biết điều đó thật hay không nhưng Nguyện phải nhìn nhận loại trà tàu này là tuyệt hảo dù đã uống qua nhiều loại, từ trà mạn sen cho đến các loại trà Bảo Lộc. Nguyện cố phân biệt cái hương thơm đặc biệt của trà nhưng không tài nào biết được là loại hoa gì.

Chồng làm thơ, vợ thì hát. Bà Quách Thao đã lớn tuổi nhưng có một giọng hát thật trong và cao như giọng con gái. Bà thích hát những bài hát tàu với cung điệu lên cao vút. Nguyện nghe không hiểu tí gì nhưng giọng hát của bà Quách như là thuốc phiện mê hoặc. Cặp vợ chồng già này thật tâm đầu ý hợp với một mối tình gần tuyệt hảo như tách trà Nguyện uống. Những vần thơ của ông và giọng hát của bà đã đem hai người lại gần nhau. Họ đã cao tuổi nhưng vẫn còn yêu nhau mặn mà như thời còn trẻ. Bây giờ họ đã ra đi vĩnh viễn thì một cặp vợ chồng khác dọn đến. Trong ông Vinh có một cái gì thu hút Nguyện cũng như ông Quách Thao trước kia. Tiếng động sột soạt ngoài bìa rừng thông làm Nguyện nhìn lại. Một cặp nai đang đi lững thững, chân đạp lên lớp lá vàng.

"Con nai vàng ngơ ngác, đạp trên lá vàng khô," Nguyện nghĩ rồi cười thầm, "Phải chi mình là thi sĩ mình sẽ làm một bài thơ về đôi hươu trong cánh rừng thông. Mình chỉ biết có câu đó!"

Nguyện đứng lên đảo mắt một vòng rồi đi ra xe, leo lên lái xuống đồi. Xe chưa lên đến đỉnh đồi nhà mình Nguyện đã thấy chiếc xe Dodge đậu trước cửa mới nhớ ra đáng lẽ mình phải ở nhà chờ Trọng. Hôm qua tình cờ gặp dưới chợ, hắn cho biết mấy thùng đồ đặt mua mới đến sáng nay và hắn sẽ mượn chiếc Dodge một lần nữa để chở đến giùm. Ngoài ra dưới Sài Gòn có gởi lên cho Nguyện một cái măng-đa tiền bán tranh.

Trọng đang đứng dựa lưng vào tường. Thấy xe Nguyện, hắn quăng mẩu thuốc xuống đất, đi lại chiếc Dodge và bắt đầu khiêng mấy thùng đồ xuống.

Nguyện chợt thấy cô đơn vô cùng, trong đầu nghĩ sẽ mời Trọng ở lại dùng cơm tối.

7

Đậu xe cạnh Nhà thờ Đức Bà, ông Vinh xuống xe khóa cửa rồi rảo bước băng qua đường vào Bưu Điện. Xung quanh lác đác vài xạp bán báo và thuốc lá. Ông hỏi mua xì-gà con Phượng Hoàng nhưng chả ai bán. Ông bắt đầu bực mình vì loại xì-gà thổ tả khó tìm được này. Chả lẽ ở nơi khỉ ho cò gáy mà Nguyện còn tìm được trong khi ông ở nơi phồn hoa đô hội thì tìm không có. Mua tờ Ngôn Luận, ông kẹp dưới nách rồi đi vào trong. Nhìn mấy hàng người dài lòng thòng trước mấy cái quầy, ông Vinh lắc đầu đi thẳng vào tuốt bên trong. Người gác cửa ngồi sau một cái bàn con đang đọc báo nghe tiếng đế giầy nện trên sàn gạch bông ngẩng đầu lên. Nhận ra ông, hắn đứng bật dậy, miệng cười toe để hở mấy cái răng cửa sún.

- Chào ông.

- Ông chủ sự có trong văn phòng không? Hỏi cho có lệ chứ ông Vinh biết người em trai đang chờ mình bên trong.

- Dạ, ông chủ sự đang ở trong, mời ông vào.

Hắn mở cánh cửa gỗ dày đánh véc-ni bóng loáng để khách vào.

Mỗi lần đến đây ông Vinh đều so sánh văn phòng của Thanh với cái văn phòng bên Bộ Canh Nông của mình. Văn phòng của ông trông nhỏ so với cái phòng này, không những thế, bàn ghế tủ phòng làm việc của người em trai chủ sự của ông trông sang hơn nữa. Cũng chủ sự như ông thôi mà có văn phòng đẹp hơn và nhiều tiện nghi hơn.

Thanh đang ngồi ngả lưng trên chiếc ghế bành da đen hai chân gác trên bàn, hai tay giang một tờ báo che cả nửa người bên trên. Từ đằng sau tờ báo một cột khói bay lên lơ lửng. Hắn đặt tờ báo xuống.

- Cần gì anh Vinh?

Ông Vinh móc túi lấy vài tờ một ngàn đặt lên bàn.

- Phiền chú gởi măng đa qua cho thằng Thắng. Nó lại mới đánh điện xin tiền nữa.

Người em trai cầm tiền lên đếm rồi bỏ vào túi.

- Cái nhà trên cao nguyên anh chị đi xem thấy nó ra sao? Chị thích không?

Ông Vinh tự tiện ngồi xuống một cái ghế bành khác đối diện với Thanh. Trên mặt bàn bao Mélia nằm như mời mọc, ông định thò tay lấy một điếu nhưng nghĩ sao lại thôi. Thanh dường như đọc được ý nghĩ của anh, bảo ông cứ tự nhiên nhưng ông lắc đầu.

- Tôi tìm mua loại xì-gà nhỏ tên Phoenix Phượng Hoàng, tìm mãi không thấy bán ở đâu. Chú biết đâu không? Cái loại xì-gà con nhỏ như ngón tay út.

- Chịu thôi, tên nghe lạ hoắc. Hả anh? Cái nhà đó sao anh?

Ông Vinh tả lại căn nhà và ngọn đồi cho Thanh nghe.

Ông cũng nói thêm về quận lỵ và vài người ông đã gặp nhưng không đả động gì đến Nguyện. Ông hỏi người em khi nào rảnh lên trên đó nghỉ một tuần lễ với vợ chồng ông nhưng người em lắc đầu.

- Bận lắm không đi đâu được. Dạo này lão giám đốc đang lên cơn, cải tổ cái này cải cách cái kia, không biết mình sẽ ra sao. Không chừng lại bị đổi lên chỗ cái quận khỉ ho cò gáy gì đó của anh. Thân mình như phận gái mười hai bến nước.

Nói xong Thanh tự cười cho cái câu bông đùa của mình rồi nói tiếp.

- Một tuần không được nhưng nếu đi vài ngày thì được, chỉ cần xin nghỉ thứ sáu và thứ hai rồi mình giông đi. Khi nào anh định đi cho em biết trước một hai tuần để xin phép. À, có cái này nói cho anh nghe.

Hắn ngừng nói nhìn quanh xem có ai không làm ông Vinh bật cười.

- Trong văn phòng cửa đóng kín mít này chỉ có tôi với chú, chú sợ cái gì!

Thanh cười theo, cẩn tắc vô áy náy mà anh, nhưng hắn vẫn chồm người lên lại gần ông Vinh, hạ giọng thật thấp nói.

- Có cái áp phe này, xộp lắm, anh chị nhảy vào làm có thể tìm được cả vạn. Chị làm được đấy. Tụi Mỹ ngoài Nha Trang cho ty bưu điện ngoài đó mấy cái máy phát điện, rồi máy chữ, rồi máy quay ronéo, máy tính, máy lạnh, đủ thứ, nhiều đến độ dùng không hết. Thằng trưởng ty ngoài đó tốt nghiệp khóa bưu điện cùng năm với em, thân em lắm. Anh nhớ thằng Tùng không? Em làm phù rể cho nó mà. Nó điện thoại cho em biết phải giữ kín đừng cho cha giám đốc biết, xong nó với em tìm cách thanh toán mấy mớ máy móc thặng dư đó tìm ít xìn tiêu. Em thì không biết tuy-dô nào để tẩu tán nhưng nghĩ anh chị biết chỗ. Mình làm được thì chia nhau ăn, thằng Tùng đòi một nửa, anh chị và em phần còn lại.

Ông Vinh ngần ngại, lắc đầu nói.

- Nguy hiểm quá, không khéo mật vụ đến lôi đầu cho vào tù hết. Thôi, để anh về hỏi chị đã. Tuần tới chị lại đi Nha Trang, để xem tình hình ra sao trước.

Mắt Thanh sáng lên.

- Em đẫn quá, quên mất là chị đi đi về về giữa Nha Trang và Sài Gòn. Nếu chị đồng ý thì em sẽ sắp xếp để chị gặp tên trưởng ty ngoài ấy. Vậy thì anh về cố thuyết phục chị đi. Bây giờ em phải đi họp với lão giám đốc già khó tính.

Ông Vinh đứng lên đi ra cửa, nói với ra sau, đừng quên gởi cái măng đa.

Tối hôm đó ăn cơm xong ông Vinh đem chuyện đồ Mỹ thặng dư ra bàn với vợ. Bà quyết định, phải, bà quyết định vì trong những vụ làm ăn buôn bán, bà là người quán xuyến tất còn ông chồng chỉ thỉnh thoảng góp ý hoặc nhờ cậy những nơi quen biết để "giúp một tay". Bà nói sẽ gặp bạn của Thanh để tìm hiểu thêm.

- Mình không nên tin ai hết. Nhiều khi tụi nó giăng bẫy ra để hại mình.

Ông Vinh cãi ngay.

- Tại sao lại hại mình? Mình có làm gì để người ta

ghét mình mà hại?

Bà vợ cười.

- Ý tôi nói là họ hại thằng Thanh rồi mình có dính vào thì bị vạ lây. Biết đâu có những người ngấp nghé cái ghế của hắn nên tìm cách bứng hắn đi. Ở đời mà! Cũng biết đâu chính tên trưởng ty ngoài đó muốn tìm cách tâng công với xếp hay muốn mò về Sài Gòn lấy chỗ của thằng Thanh. Tôi đi dọ xem không những để lo cho mình mà còn lo cho nó nữa.

Ông Vinh gật gù đồng ý. Bà vợ bỏ lên lầu để làm sổ sách giấy tờ. Còn lại một mình trong phòng khách, ông đi lại bàn viết, mở ngăn kéo lôi tập giấy viết ra. Ông muốn viết tiếp câu truyện bỏ dở cả tháng nay. Sau ngày đi Đỉnh Gió Hú về, ông đổi ý, quyết định không khai tử mối tình giữa hai nhân vật trong câu truyện. Nguyện đã làm ông quyết định như thế. Hai nhân vật đó không có can đảm xa nhau. Họ thà sống trong khắc khoải hơn là chia cách.

Mười lăm phút sau, tờ giấy vẫn còn trắng tinh cũng như đầu óc người viết. Nếu đầu óc cạn láng thì còn ý đâu mà viết. Những lần viết trước đã gởi cho tòa báo chỉ còn đủ để đăng vài ngày, nếu không gởi thêm cho họ kịp đăng, báo sẽ dẹp truyện của ông không đăng nữa. Ý tưởng viết một lá thơ cho Nguyện nảy ra trong óc ông nhưng bị gạt đi ngay. Mới gặp người ta vài lần thì liên lạc làm gì. Nghĩ thế nhưng ông Vinh vẫn không quên được hình ảnh Nguyện và bức tranh treo trong căn nhà trên Đỉnh Gió Hú và bức tranh trong phòng triển lãm. Những cái đó vẫn còn lẩn quẩn trong đầu óc ông, ở sở làm, ở nhà, khi thức, khi ngủ. Một ám ảnh dằng dai! Phải làm một cái gì để quên đi nhưng mỗi lần cầm bút lên để viết tiếp câu truyện thì ám ảnh đó trở nên mạnh mẽ hơn, nặng nề hơn làm óc ông đặc sệt và tay ông nặng đi. Chán nản, ông quăng cây bút xuống bàn, mở ngăn kéo ra để cất xấp giấy vào. Mắt ông đập vào mấy lá thơ nằm trong hộc khá lâu mà ông vẫn chưa buồn đọc, những lá thơ của độc giả ái mộ mà phần đông là đàn bà con gái. Họ gởi thơ về nhà báo nhờ chuyển lại. Ban đầu khi mới đăng truyện, ông rất là hứng khởi khi nhận được những lá thơ như vầy, nhưng mãi rồi đâm chán, cũng chỉ những lời lẽ khen ngợi, tâng bốc. Họ khen ông viết hay, họ nói giọng văn ông truyền cảm, cốt truyện nhiều tình tiết và sống động. Có người kể lể tình cảnh họ không khác gì tình cảnh những nhân vật trong câu truyện, người thì thú nhận mình đang ăn nằm với đàn ông đã có vợ, người thì than thở mình là nạn nhân của một cuộc ngoại tình giữa chồng và một người đàn bà khác nhưng không ai hề oán ông. Thậm chí có những cô muốn gặp ông để xem mặt, để được hân hạnh nói chuyện với người đã viết một truyện tình làm bao nhiêu trái tim thổn thức. Có cả những lá thơ của những cô gái bạo dạn tỏ tình. Ông không bao giờ trả lời những người này dù họ luôn cho biết địa chỉ. Một trò chơi khá nguy hiểm như vậy chỉ có thể hiện hữu trong trí tưởng tượng của ông, không thể nào xảy ra trong thực tế.

Cầm lá thơ trên cùng lên liếc sơ qua, cũng chỉ những lời lẽ ái mộ tầm thường, ông vo lại ném vào sọt rác. Lá thơ kế lời lẽ cũng thế, lá thứ ba không khác gì hơn, cả hai nối gót lá thơ đầu. Đọc nhanh lá thứ tư, ông lắc đầu vò lại thành một cục rồi cho đi theo mấy bức kia. Chợt nhớ ra điều gì, ông nhìn lên lầu thấy đã tắt đèn tối om. Bà vợ đã lên giường. Ông rón rén đi lên lầu, vào phòng ngủ khe khẽ mở tủ lôi cái túi xách tay rồi đi vội xuống nhà dưới, chân vẫn bước thật nhẹ như chân mèo. Ông lục lọi dưới đáy cái túi, à khẽ lên một tiếng rồi lôi ra một tờ giấy nhầu nát, vài chỗ bị nhòe nước. Một lá thư của một độc giả gởi nhưng với lời lẽ hằn học thay vì ái mộ như những lá khác. Ông tìm chữ ký cuối thơ, Lan.

Đặt lá thư lên bàn vuốt lại cho phẳng phiu xong ông bắt đầu đọc.

"Ngày .. tháng .. năm

Ông Văn Thế Chương.

Nếu ông tưởng tôi viết lá thơ này để ca ngợi câu truyện của ông thì ông đã lầm (Ông ngồi thẳng người lên đọc chăm chú hơn). *Tôi viết để nói cho ông biết tôi căm hờn ông vì ông đã dám phơi bày lên mặt báo nỗi đau khổ riêng tư của tôi, ông bắt tôi phải sống lại những kỷ niệm khốn nạn mà tôi tưởng mình đã xóa tan được. Ông có biết đâu mỗi ngày tôi sống trong hồi hộp lo âu chờ báo giao đến, rồi tôi phải trải qua những giây phút cực hình đọc những giòng chữ khơi lại nỗi đau khổ rồi những đêm xoay trở trong nhận thức được lý do cho sự cô đơn của mình ngày hôm nay. Ông không có quyền làm như thế. Ông là người ích kỷ chỉ biết sống cho cái tiếng cái danh trên sự đau khổ của người khác. Bộ ông tưởng một khi mình là nhà văn thì mình có quyền xem thường tình cảm của người khác. Tôi biết ông kinh ngạc khi đọc thơ của tôi vì ông những tưởng nó sẽ như tất cả các lá thơ khác tâng bốc ca tụng ông, giờ thì ông thắc mắc nếu truyện ông viết gây cho tôi lắm phiền toái thì tại sao tôi cứ phải đọc nó? Tại sao ông không chấm dứt cái truyện vô luân đó đi? Tại sao ông lại đổi hướng đi của nó để kéo dài thêm mối tình mà người đời ai cũng lên án, để kéo dài thêm những dằn vặt trong tôi. Làm vậy thì ông được lợi gì? Ông ác lắm! Tôi chúc ông một ngày nào đó sẽ sống những năm tháng còn lại cuộc đời của ông trong đau khổ như người đàn bà bị phụ bạc do chính tay ông tạo ra.*

Lan"

Như vậy rốt cuộc đã có người căm thù ông về truyện của ông. Ông đã vô tình đi vào cuộc đời riêng tư người con gái này, đọc được tâm tư của cô rồi phơi bày cho thiên hạ xem. Tội rất nặng! Truyện viết chỉ để đọc giải trí, tất cả những tình tiết viết ra chỉ là cấu kết của một trí tưởng tượng, một trùng hợp ngẫu nhiên ngoài ý muốn nhưng tác hại đã gây ra không kéo lại được. Ông Vinh không biết nỗi bàng hoàng của mình đến từ lời lẽ kết tội trong lá thơ hay từ sự kiện đây là lá thơ đầu tiên mắng ông. Theo như những lời lẽ ấy thì tác giả lá thơ đã là một nạn nhân trong một cuộc tình tay ba mà người tình hay chồng của nàng đã đi theo một người đàn bà khác. Những đổ vỡ ấy có gì là hiếm trên đời. Tựu chung cũng chỉ là một người yêu nhưng không được yêu lại hay tình yêu ban phát cho họ thuở ban đầu nay bị lấy lại một cách tàn nhẫn đem cho người khác. Tuy vậy, trong mỗi đổ vỡ có những khúc mắc khác nhau và mình phải sống trong mỗi đổ vỡ mới biết được. Ông Vinh cảm thấy có gì trong lòng bắt mình phải gặp người viết lá thư hằn học này. Không nghĩ đây là một cái kế của một độc giả ái mộ để tìm cách gặp vì thư và phong bì không đề địa chỉ người gởi, ông quyết định sẽ lại toà báo hỏi ông chủ bút.

. . .

Nguyện né đầu sang một bên khi Trọng đưa mặt đến định hôn. Hắn hơi tiu nghỉu nhưng chỉ cười xòa rồi đi ra cửa. Nguyện không tiễn khách mà đi lại đứng trước bức tranh. Tiếng xe nổ máy ngoài sân rồi tiếng bánh xe lăn đi, tiếng động cơ chết dần xuống đồi. Mẩu thuốc Trọng mới hút dụi không tắt hẳn trong cái gạt tàn bốc lên một cột khói gầy như sợi chỉ. Không thích mùi thuốc lá, mùi xì-gà Phoenix thơm hơn lại đậm đà, Nguyện đi lại cửa sổ mở toang cả hai cánh ra cho gió lùa vào. Ngọn gió ấm hơn mọi ngày. Mùa hè đến đã được một tuần. Tự dưng Nguyện mong người đàn ông hàng xóm sẽ trở lên trên đây mùa hè năm nay. Chắc ông sẽ thích mùa hè hơn mùa đông mưa dầm lạnh lẽo trời âm u như lần ông và vợ đến cuối năm trước. Không ai có thể bỏ hoang nhà cửa mình lâu được.

"Ông Vinh sẽ lên," Nguyện mong thầm.

Chiếc phong bì trắng viền xanh đỏ đề chữ Par Avion dưới góc trái nằm trên bàn chưa bóc nhưng Nguyện đã biết trong đó có một cái măng đa tiền Sài Gòn gởi lên mà Trọng vừa cầm đến. Nguyện cầm đem vào phòng ngủ, cất vào trong ngăn kéo cái table de nuit rồi ngồi xuống mép giường. Chăn và drap vẫn còn hỗn độn sau một đêm ái tình hỗn độn không kém với Trọng. Nguyện tự trách mình đã yếu lòng để nỗi cô đơn ngự trị trở lại và trong nỗi cô đơn tuyệt vọng đã ngã lại vào vòng tay của người tình cũ. Sống một mình trên đỉnh đồi đã hơn năm năm nay, Nguyện đã quen với lối sống ra vào chỉ một mình mình, có những ngày không đi đâu tiếp xúc với ai, không hé môi nói một tiếng. Những ngày tháng đầu Nguyện còn nói chuyện với chính mình như một người mất trí, hay đúng ra làm vậy để tránh bị mất trí, nhưng mãi rồi quen đi rồi bắt đầu tập làm bạn với cô đơn, tập chiêm ngưỡng cái đẹp của thiên nhiên, tập yêu những ngọn cỏ dại, những bông hoa rừng, những thân cây thông mọc thẳng tắp lên nền trời, những cánh đồng cỏ xanh rì, tập làm quen với những ngày mưa dầm dề ngồi bó gối nhìn những cột nước đổ xuống từ nền trời giăng đầy mây đen.

Những ngày nắng, Nguyện chăm sóc cái thửa vườn sau nhà. Hồi đó nó chỉ là một miếng đất con toàn sỏi với đá và hoa cỏ dại. Dọn lên đây, Nguyện vẽ ra một kế hoạch nhưng bắt tay vào việc mới thấy đào đất nhổ cỏ khuân đá không dễ như tưởng. Không nản chí, mỗi ngày Nguyện làm một ít. Sau một thời gian, Nguyện bắt đầu yêu việc vườn tược nhất là khi miếng đất bắt đầu trông ra một thửa vườn và những bụi hoa trồng có nụ. Phần những bụi hoa dại Nguyện không nhổ hết vì thấy chúng đẹp và lạ mắt. Phải hết một năm đầu cái vườn con mới hoàn tất.

Khi Nguyện bắt đầu đi lại với Trọng, hắn đến mỗi cuối tuần và giúp nới rộng thửa vườn ra thêm. Rồi hai người trồng rau và khoai. Những giờ phút làm vườn trồng trọt chân lấm tay bùn và những ngày vùi đầu say mê trong hội họa đã giúp tâm thần Nguyện vững vàng hơn. Nỗi trống trải trong lòng dần dà được khỏa lấp. Có nhiều lúc nỗi nhớ nhung gia đình chợt bùng lên vô hạn, rồi cảm giác trong lòng thôi thúc trở về. Những lúc đó là những lúc khó khăn vì một tranh đấu nội tâm diễn ra trong đầu và Nguyện phải cứng rắn với chính mình. Đã năm năm sống xa xứ, cố tẩy sạch những kỷ niệm xa xưa, Nguyện không còn ngóng ngày trở về.

Tiếng tích tắc của cái đồng hồ lên dây thiều trên bàn ngủ nghe rõ mồn một trong bầu không khí tĩnh mịch của buổi trưa hè. Đã quá trưa. Nguyện đứng lên đi vào bếp lấy một chén cơm nguội ra ăn với vừng và dưa chua. Sống một mình, Nguyện tập dần cho quen với một lối sống đơn sơ, ăn mặc giản dị, ăn uống đạm bạc. Gắp miếng dưa chấm ít vừng cho vào bát, Nguyện ăn rất ngon miệng. Không còn nhu cầu ăn uống cầu kỳ như thời còn ở Sài Gòn lúc còn chìm đắm trong cuộc sống ăn chơi, hết những dạ tiệc đến các buổi tiếp tân, một lối sống buông thả không kỷ luật với nhiều của ngon cái đẹp.

Dẹp mấy cái chén bẩn vào bồn, Nguyện cầm ly trà đi ra vườn đứng trốn nắng dưới tàng cây thông, đưa mắt nhìn quanh thửa vườn. Đã đến ngày trồng khoai và rau, phải lợi dụng trời nắng mấy tháng hè. Trở vào nhà thay quần áo xong Nguyện lái xe xuống chợ, trong đầu tính ghé nhà bác sĩ Thăng để xem mặt Quang, viên trung úy quân y trẻ mới thuyên chuyển đến.

~§~

B.N. Khôi

8

Cô chạy bàn quen thuộc đi lại gật đầu chào ông Vinh rồi đặt tấm thực đơn lên bàn. Cô biết ông Vinh dù đã lại đây ăn hàng tuần từ bao năm nay và thuộc lòng tấm thực đơn nhưng vẫn muốn xem trước khi gọi thức ăn. Hôm nay ông muốn gọi một dĩa cơm gà rô-ti và một chai bia. Ông đến sớm hơn những lần trước vì muốn ăn xong bữa ăn trước khi người ông hẹn ở đây đến. Cô chạy bàn quay bước đi sau khi trả lời câu hỏi của ông nhà hàng dạo này có bán xì-gà Phoenix không. Cô trả lời không rồi đi vào trong. Vài phút sau cô ta trở ra với chai 33 và một ly đá.

Ông Vinh nhâm nhi bia, trong đầu duyệt lại mấy câu hỏi lát nữa sẽ hỏi Lan, phải, Lan sẽ đến gặp ông. Sau những dàn xếp với tòa báo, ông sau cùng liên lạc được với người con gái viết thơ cho ông hai lần trách móc về câu truyện ngoại tình kéo dài đăng trên báo Tiếng Chuông. Sau khi ông đọc lá thơ đầu của Lan, buổi chiều ngày hôm sau ông ghé tòa báo gặp ông chủ sự hỏi có thơ ai nhờ chuyển không. Chủ sự Bách ngạc nhiên vì có bao giờ ông Vinh lại tòa báo lấy thơ nhờ chuyển đâu, lúc ban đầu thì có nhưng sau một thời gian ông không thèm đến nữa, chỉ nhờ nhà báo gởi lại nhà. Bách ngạc nhiên hơn nữa vì sao ông Vinh biết được có một lá thơ đang nằm trong ngăn kéo chờ ông. Hắn mở ngăn kéo lấy ra một phong thơ. Ông Vinh nhận ra ngay nét chữ của Lan trên phong bì.

- Ông đang mong thư của cô này phỏng? Bách hỏi.

Ông thật thà gật đầu. Tên chủ sự cười cười nói.

- Cái cô ái mộ này lạ lắm. Mấy người khác thì gởi thơ đến nhờ chuyển hộ nhưng cô này đích thân đến đây, chắc sợ bưu điện làm mất thơ. Nàng ta nói tôi phải bảo đảm đưa tận tay ông đấy!

Nghe đến đây ông Vinh mới nhớ cái phong bì của lá thơ đầu không dán tem, vậy cô ta đã đến tòa báo hai lần. Bách cho ông Vinh một cái cười đồng lõa, ông không hiểu ý hắn. Hắn nói tiếp.

- Cô ấy trông kháu lắm ông! Cô ta ...

Ông ngắt lời hắn giọng gắt.

- Tôi không cần biết người ta đẹp xấu ra sao, tôi không có ý định tìm tình nhân. Anh đừng đặt chuyện. Cám ơn anh.

Nói xong ông nhét lá thơ vào túi rồi quay gót đi thẳng ra cửa nhưng nghe tiếng Bách lầm bầm chửi sau lưng.

Về sở ông Vinh vội bóc lá thơ ra.

"Ngày .. tháng .. năm ..

Ông Chương

Không những ông là một người ích kỷ xem cái tôi là to mà lại còn hợm mình, xem người khác không ra gì. Tôi nói thế vì chắc chắn ông đã không thèm đọc bức thơ đầu tôi gởi ông qua tòa báo. Ông không thèm đọc nên vẫn cho cái trò hề đó nhởn nhơ tiếp diễn. Thật đáng xấu hổ! (Ông Vinh đọc đến đây cố nhớ lại ngày của lá thơ đầu, hình như là cái tuần ông đi lên cao nguyên, đã quá lâu rồi. Ông có đọc ngay đâu nên vẫn còn cho "cái trò hề đó tiếp diễn" như lời cô gái oán trách). *Cả tuần nay không ngày nào là tôi không hy vọng đọc được một cái gì mới mẻ trong truyện của ông. Không! Không có gì mới mẻ cả và tôi đã thất vọng. Tại sao ông cho họ gặp lại nhau? Bộ thằng đàn ông và con dâm phụ chưa tỉnh ngộ sao về con đường lầm lỡ họ đang đi? Ai đời một người đàn bà lại đi quyến rũ chồng của em mình! Ai đời một người đàn ông đã có vợ lại đi ngủ với chị vợ! Họ không những đã gây đau khổ cho người con gái xấu số mà còn đem lại biết bao nhục nhã cho gia đình. Và ông từ chối không cho họ thấy ánh sáng lương tâm. Tôi không biết ai táng tận lương tâm hơn ai, đôi khốn nạn trong truyện hay ông? Họ phải tỉnh ngộ! Không, ông phải tỉnh ngộ trước. Tôi còn đặt ít hy vọng vào ông.*

   Lan"

   Đặt lá thơ xuống bàn, ông Vinh bóp trán suy nghĩ, "Tội quách gì mình phải bận tâm với một độc giả bất mãn về cái mình viết. Ở đời làm sao làm mọi người thỏa mãn được. Trong cả mấy chục lá thơ gởi về, chỉ có cô bé này ghét mình. Tính ra mới có gần một phần trăm. Mình đâu thể vì một người mà đi ngược lại ý thích của cả trăm người khác?"

   Ông lại mở lá thơ của Lan ra đọc một lần nữa xong nhún vai quăng lại xuống bàn nhưng nghĩ sao lại cầm lên, xếp cẩn thận bỏ vào túi.

Tối hôm đó ông Vinh quên bằng về lá thơ vì bận giúp vợ sắp xếp đi Nha Trang ngày hôm sau. Bà đã nói chuyện với người em chồng để dàn xếp việc gặp gỡ Tùng, người bạn của Thanh làm trưởng ty bưu điện ngoài đó và sẽ xem hư thực ra sao vụ áp-phe đồ thặng dư Mỹ cho. Theo lời người em chồng thì tuy là dụng cụ thặng dư nhưng mấy thứ này có thể bán lại được với giá cao ngoài thị trường. Ông Vinh khuyên bà nên bỏ qua vụ này, coi bộ nguy hiểm không ít nhưng bị gạt đi.

- Thì để xem đã chứ có làm gì đâu mà anh lo? Biết đâu trúng mối lớn thì có thêm tiền gởi cho thằng Thắng rồi bán cái nhà này, về hưu lên trên đồi.

Đang lo lắng nhưng nghe vợ nói về hưu lên Đỉnh Gió Hú ở, ông Vinh nghĩ ngay đến Nguyện, ông im. Phần bà Vinh lên phòng ngủ vì sáng mai phải ra bến xe đò sớm. Còn một mình dưới lầu, ông Vinh đi lại bàn viết lấy giấy ra viết truyện tiếp. Vừa cầm bút lên, ông nhớ lại bức thơ của Lan. Ông lấy ra đọc một lần nữa xong ông lấy lá đầu tiên ra đọc lại. Cái ý nghĩ ban chiều bất cần về cảm nghĩ của một độc giả đơn độc lóe lên lại trong đầu ông.

"Phải! Mình không thể để một độc giả đơn độc ảnh hưởng đến việc mình làm, quyết định hướng đi cho mình được. Nếu mình làm vậy thì ai cũng có thể bắt mình làm theo ý họ rồi trăm người trăm ý thì làm sao làm mọi người hài lòng? Mình có phải làm dâu trăm họ đâu. Người viết văn phải có quyền viết theo cảm hứng riêng, ai thích thì đọc ai không thì thôi," ông Vinh cảm thấy đó là quyết định chung hậu, không còn muốn bị dằng dai vì nó nữa. Nghĩ thế nhưng khi cầm bút lên, ông cảm thấy có gì bất ổn trong lý luận của mình. Lúc thì ông nghĩ ông viết theo cảm hứng riêng, lúc thì ông viết để trăm người mua vui.

"Vậy thì mình viết cho ai? Giả dụ người con gái này thật sự đau đớn vì truyện mình viết trong khi những người khác thì xem đó chỉ như một mua vui thì một trăm cái vui đó sao bằng nỗi lòng khổ sở của cô gái đó? Nếu mình đổi ý truyện để giúp cô ta đỡ đau khổ dù giết chết cuộc vui của trăm người kia, há điều đó là sai sao? Nhưng người con gái đó là ai và chuyện gì đã xảy ra trong cuộc đời thật của cô đó để tâm trạng cô ta thành mong manh như pha-lê đến độ dễ vỡ bởi một câu truyện tình cảm tầm thường?"

Ông quyết định đặt bút viết một lá thơ cho Lan, yêu cầu nàng điện thoại cho ông trong sở để nói chuyện. Trưa hôm sau ông lại gặp Bách và đưa cho hắn lá thơ, dặn phải đưa cho Lan nếu nàng trở lại tòa báo. Cầm lấy lá thơ, gã chủ sự cho biết truyện ông viết chỉ còn đủ đăng hai kỳ nữa. Hắn giục ông viết thêm. Ông nói nếu ông không đưa truyện kịp, cứ loan báo với độc giả là ông bị bệnh và truyện tạm gác vài kỳ rồi không chờ Bách mở miệng phản đối, ông quay lưng đi ra.

Ngay ngày sau Lan điện thoại cho ông. Không nghĩ Lan sẽ bao giờ gọi mình và nhất là chỉ sau một ngày, ông ngạc nhiên vô cùng.

Khi nghe người con gái tự giới thiệu, ông Vinh chỉ nói được câu.

- Tôi đã đọc hai lá thơ của cô.

- Vậy ông nghĩ sao?

- Tôi không biết phải nghĩ sao, đó là lý do tôi muốn nói chuyện với cô.

- Ông không biết nghĩ sao? Lạ nhỉ? Tôi cứ tưởng một người như ông thì ... thì ...

- Người như tôi là người thế nào? Ông Vinh vặn hỏi, bắt đầu cảm thấy bực mình về cái thái độ hằn học của Lan.

- Ông đã đọc thơ tôi thì biết, cần gì tôi lập lại. Nhưng tại sao ông muốn gặp tôi?

Ông Vinh ngỡ ngàng.

- Tôi muốn gặp cô hồi nào? Tôi chỉ nhắn cho cô gọi tôi thôi.

Tiếng cười trong trẻo ở đầu giây kia bên nghe như ngạo mạn.

- Nhưng tôi biết trong thâm tâm ông muốn gặp tôi, đúng không? Ông muốn xem mặt mũi cái con nhỏ này ra sao mà nó dám chỉ trích một văn sĩ tên tuổi. Ông thú thật với tôi đi là ông rất muốn gặp tôi.

Đến lượt ông Vinh cười lên.

- Tôi chỉ mới để lời nhắn ở nhà báo hôm qua mà hôm nay cô đã gọi tôi ngay. Ai muốn gặp ai hơn? Cô thú thật với tôi đi! Cô ... thèm gặp tôi.

Một tiếng cách đầu giây bên kia. Cái im lặng trong điện thoại nặng nề hơn cái im lặng trong văn phòng của ông. Gác điện thoại xuống máy ông vẫn còn nghe tiếng cười trong trẻo của Lan vang lên trong phòng. Tiếng cười của Nguyện trong trẻo không kém.

Ngày hôm đó sau cú điện thoại của Lan, ông Vinh bận túi bụi vùi đầu vào công việc nên quên bẵng đi. Trưa đến ông trở lại cái nhà hàng quen thuộc nhưng không vào. Ông tự nhiên thấy no bụng không muốn ăn gì, đi trở ngược ra đường Tự Do. Đi ngang qua phòng triển lãm tranh, ông đứng ngoài nhìn vào. Bức tranh để ngoài cùng thấy được từ ngoài đường vẽ cảnh một bãi biển cát vàng với hàng dừa xanh. Một trái ngược với cảnh một ngọn đồi dưới cơn mưa phùn. Tên quản lý từ trong nhìn ra thấy ông Vinh, hắn đứng lên lững thững đi ra cửa, gật đầu chào ông.

- Ông có bức tranh nào của họa sĩ Thu Hương không? Ông hỏi.

Hắn lắc đầu nói.

- Không có, chỉ có ba tấm đã bán hôm nọ. Tôi nhớ là ông đã vô coi một tấm, tấm vẽ cảnh một ngọn đồi trên cao nguyên.

- Tôi nhớ mà, bức đó đã được một ông đại úy Mỹ mua.

Tên quản lý dợm đi trở vào, ông Vinh sực nhớ điều gì hỏi giật lại.

- Họa sĩ Thu Hương ở đâu? Ông biết không? Ông cho tôi địa chỉ của bà ấy được không?

Hắn khựng lại, quay lại nhìn ông Vinh với vẻ khó chịu.

- Tôi được phép tiết lộ địa chỉ của những người gửi đồ bán ở đây. Nếu ông muốn, ông có thể để lại lời nhắn cho bà ta, tôi sẽ đưa lại giùm.

- Vậy thì ông cứ nhắn bà ta tôi cần nói chuyện với bà. Ông có số điện thoại của tôi trong hồ sơ, cứ việc đưa cho bà ấy. Cám ơn ông.

Về lại sở, ông Vinh thấy buồn cười, "Trong hai ngày

ông nhắn hai người đàn bà lạ mặt ông muốn nói chuyện với họ về những cái gì không đâu. Chuyện của Lan không đi đến đâu, mình đã chọc cho cô ta tức lên, chắc cô nàng không gọi mình nữa nhưng vẫn tiếp tục đưa thư chửi. Trong khi đó, cái bà Thu Hương chả là ai, chỉ là một trong muôn ngàn người đàn bà khác. Còn đối với bà, mình cũng chỉ là một người lạ mặt, chắc gì người ta muốn gặp mình. Mình tự nhiên tò mò muốn gặp chỉ vì cái trùng hợp bà ta và Nguyện vẽ cùng một phong cảnh". Rồi ông quyết định dẹp ba cái chuyện lăng nhăng ấy sang một bên, quyết chí viết cho xong mẩu truyện ngoại tình. Những chi tiết diễn tiến của câu truyện đã được sắp xếp trong óc, chỉ cần viết xuống giấy.

Năm giờ chiều ông Vinh dọn bàn sắp sửa đi về thì điện thoại reo vang. Bà vợ bên kia đầu giây cho ông biết bà mới đến Nha Trang, sáng hôm sau sẽ đi gặp tên trưởng ty bưu điện bạn của Thanh. Ông dặn bà phải cẩn thận xong gác máy. Điện thoại vừa đặt xuống thì chuông lại reo ngay.

"Chắc bà gọi lại dặn mình không được thức khuya."

- A lô!

Bên kia im lặng.

- A lô! Ông Vinh cao giọng đượm bực mình vì không thích ai gọi mình xong lại im.

Bên kia im lặng vài giây rồi giọng Lan cất lên, nói cộc lốc.

- Tôi muốn gặp ông.

Cố nén cười, ông Vinh nói.

- Được, cô muốn thì mình gặp nhau chiều nay.

Bên kia lại im lặng vài giây.

- Chiều nay không được. Tôi không muốn đi ban đêm. Tôi gặp ông trưa mai.

Trong bụng ông Vinh nghĩ, con bé thua mình rồi, ông nói sẽ đồng ý gặp một giờ trưa tại nhà hàng La Fleuve. Lan chịu.

Dĩa cơm gà dọn ra, ông Vinh ăn ngon miệng hơn bao giờ. Ăn xong ông hối cô chạy bàn dẹp nhanh vì đã gần một giờ xong ông đi vào phòng tắm soi gương xem lại diện mạo. Lúc trở ra phòng ăn, ông thấy một người đàn bà trẻ khoảng ba chục hay hơn đeo kính mát đang đứng nói chuyện với cô chiêu đãi. Không muốn đường đột, ông Vinh đi lại bàn mình ngồi xuống. Cô chiêu đãi lúc đó chỉ về hướng bàn ông rồi nói gì đó với người đàn bà. Bà này lập tức đi lại chỗ ông.

Ông Vinh đứng lên chào rất lịch sự.

- Chào cô Lan, mời cô ngồi.

Lan đặt cái ví da đen lên bàn, vén tà áo dài rồi ngồi xuống trong một điệu bộ rất đài các xong từ tốn gỡ cặp kính ra cầm trong tay. Ông Vinh khen thầm nét đẹp trên một khuôn mặt thanh tú, đôi mắt long lanh thu hồn, đôi môi hơi nhếch lên một bên kiêu ngạo. Ông có cảm tưởng thấy mặt Nguyện trong khuôn mặt người đàn bà này.

"Biết đâu họ là chị em. Chắc không phải là hai chị em vì không có nét giống mà tại sao mình lúc nào cũng thấy Nguyện, đến lẩn thẩn?" ông nghĩ mà cười thầm trong đầu.

- Cô hẳn sẽ vui lòng nếu tôi đổi cốt truyện, ông Vinh đi thẳng vào đề.

Trên khuôn mặt thanh tú ấy hiện nét bối rối. Người đàn bà trẻ không ngờ đối thủ ra đòn trước một cách thẳng thừng. Ông Vinh nhớ ra mình khiếm nhã đã không mời bà một ly nước. Ông ngoắc tay kêu cô chiêu đãi đến.

- Cô dùng gì không?

- Tôi gọi được, ông để mặc tôi, nói xong Lan quay sang cô chạy bàn nói đem một chai bia.

Đã đặt câu hỏi, ông Vinh ngồi im chờ câu trả lời. Thái độ của ông điềm tĩnh và ung dung. Lan đưa tay lên vuốt mái tóc dài đen nhánh sang một bên vai. Một cần cổ cao, thon và nõn nà, càng nổi bật hơn trên cổ chiếc áo dài đen. Một cần cổ ít đàn ông nào nhìn mà không muốn biến thành bá tước Dracula.

- Ông làm gì nhìn tôi chăm chú thế? Lan hỏi gặng, giọng đượm khó chịu.

- Cô đẹp lắm, ông Vinh buột miệng khen.

Vừa thốt xong ông giật mình vì lời khen từ chính miệng mình. Từ ngày lấy vợ đến nay, ông chưa bao giờ mở miệng khen một người đàn bà nào khác đẹp ngoại trừ lần ăn tối tại nhà Nguyện.

- Ông hay khen nịnh?

- Tính tôi không khen nịnh. Tôi chỉ nói sự thật. Người đẹp như cô thể này làm sao có thể có chuyện tình buồn ... hay là bị số phận hồng nhan đa truân?

- Ông muốn nói chuyện tư của tôi hay truyện ông viết? Tôi đến đây để bàn với ông về cái truyện ngoại tình của ông.

- Tôi cứ tưởng cả hai là một và đó là lý do chính cô muốn gặp tôi. Nếu cô quên thì tôi mạn phép nhắc lại những lời lẽ cô trách mắng trong hai lá thơ gởi cho tôi. Cô là nạn nhân của một cuộc tình không thành, bị phụ bạc vì người tình hay chồng của cô đi theo một người đàn bà khác. Sự việc đó cộng với nỗi khổ tâm và lòng căm thù của cô được tả lại chính xác trong truyện của tôi và điều đó không làm cô được vui. Cô cho tôi là một người viết văn ích kỷ, chỉ biết đến mình mà không cần biết là truyện mình viết đã bắt cô phải sống lại cơn ác mộng mà cô đã cố quên đi. Đúng không? Và cô bắt buộc tôi phải đổi cốt truyện, chấm dứt mối quan hệ mà cô cho là vô luân lý. Cô không còn lòng dạ nào theo dõi câu truyện của tôi được nữa ... mặc dù ...

- Mặc dù?

- Mặc dù nếu cô không muốn đọc thì cô cứ việc không mua báo nữa!

Cái nhếch mép kiêu ngạo trên mặt Lan lúc nãy hình như đã đổi chỗ, giờ nằm trên môi ông Vinh.

Cô chạy bàn đem chai bia và một ly đá đến rồi rót ra. Lan cám ơn, cầm ly lên uống một hơi dài đến hết nửa ly ra chiều khát.

- Có bao giờ ông có cảm tưởng một chuyện gì không tốt có thể xảy ra cho ông, không, trước sau gì nó cũng xảy ra, thay vì ông tìm cách lẩn tránh nó một cách vô ích hay chần chờ cho nó chậm đến, ông đến thẳng với nó, đối đầu với nó trực tiếp, nhìn thẳng vào mặt nó. Đó là một cách đối phó hữu hiệu vì mình tránh kéo dài cái chờ đợi trong hồi hộp chỉ làm đau đớn hơn. Cũng như khi còn bé, ông đứng xếp hàng chủng ngừa, ông biết cái kim đó trước sau gì nó cũng lún vào thịt ông, không có cách gì tránh được. Ông cứ đứng lần lữa trong hàng, đùn người khác lên trước, hay là ông lên thẳng hàng đầu, nhận mũi kim đó cho xong chuyện? Ngày nào tôi cũng biết cái thực tế là sự đau khổ của tôi còn đó, dù tôi có xem nó hay không nó vẫn nằm đó như là chờ tôi đến. Có nên lánh nó không? Lánh để làm gì một khi mình biết dù không nhìn nó, sự có mặt của nó là đủ để nhắc nhở mình nỗi đau lòng. Mỗi ngày tôi đến thẳng mũi kim đó để nó đâm vào da vào thịt và cắn răng chịu đựng, biết rằng ngày mai cũng như thế. Chỉ khi nào ông ngừng viết truyện thì cái mũi kim đó mới biến mất.

- Thật thế? Giả dụ tôi không viết nữa, liệu nỗi đau lòng của cô có giảm bớt?

- Trước tiên nó sẽ giảm bớt vì tôi cất được cái hồi hộp lởn vởn bên mình. Một khi chất xúc tác cho sự đau khổ của mình, lúc nào cũng nhắc nhở mình về sự đau khổ, không còn nữa thì đối phó với sự đau khổ sẽ dễ dàng hơn.

- Cô Lan cho tôi biết thêm về sự đau khổ của cô đi! Hãy nói về những gì xảy ra mà đã đưa cô đến cái cảnh như vầy!

Lan cười nhếch miệng.

- Ông cần chất liệu để viết?

Đến lượt ông Vinh cười khẩy.

- Cô xem thường khả năng viết của tôi đấy.

Lan nhún vai.

- Tôi cóc cần vì ông cũng cóc cần. Tôi cóc cần ông nghĩ là tôi xem thường khả năng viết của ông hay không. Còn ông, ông cóc cần những gì ông làm có ảnh hưởng đến người khác. Cái nguyên nhân cho sự đau khổ của tôi chả ăn nhập gì đến truyện của ông nhưng ngược lại truyện ông viết nó ăn nhập đến cái đau khổ của tôi.

- Và cô muốn tôi giúp cô bằng cách, theo như lời cô nói, cất cái hồi hộp lởn vởn bên cô để cô có thể tập trung vào việc đối phó với cái đau khổ trong lòng. Khó lắm cô! Không phải đổi cốt truyện là khó. Tôi có thể cho họ tử nạn xe một cách nhanh chóng. Cái khó là cô làm sao quên được cái đã làm mình đau lòng, nó phải sâu đậm lắm nên cô mới bị ảnh hưởng thật dễ dàng bởi một câu truyện trên nhật trình. Tôi muốn nghe về cái đau lòng đó mới giúp cô được ...

Lan đứng phắt dậy, giọng run lên giận dữ hơi lớn tiếng.

- Tôi đã nói đó là chuyện riêng tư của tôi. Bộ ông muốn bắt chẹt tôi hay sao? Ông ra điều kiện với tôi? Ông ác lắm.

Nói chưa xong Lan đã quơ lấy cái ví bước ra cửa, đi thẳng đến một chiếc taxi bên lề đường. Chiếc xe từ từ tách ra, quay đầu lại đi về hướng Nhà thờ Đức Bà.

Cô chiêu đãi đang lau bàn không xa ngừng tay đưa mắt nhìn theo Lan ra đến tận ngoài đường rồi quay sang nhìn ông Vinh.

Cuộc gặp gỡ trong nhà hàng làm ông Vinh bận tâm không ít trong những ngày sau đó cho đến khi vợ ông đi Nha Trang về. Bà vợ có vẻ lạc quan về số dụng cụ thặng dư của quân đội Mỹ. Bà nói Tùng là người có thể tin cậy được vì bà trước kia đã từng buôn bán với mẹ hắn một vài lần. Thanh đưa bà đến nhà kho nơi chứa số dụng cụ đó và giải thích cho bà công dụng của chúng. Theo lời bà thì mớ dụng cụ trông còn rất mới. "Mỹ dùng sang quá, đồ còn tốt đã bỏ!" bà nói.

- Thì họ có bỏ mình mới có đồ bán, ông chêm vào.

Bà Vinh cười.

- Đúng thế nhưng chưa đến đâu cả. Em đi chuyến này chỉ để gặp thằng Tùng xem nó là người thế nào với lại xem mớ đồ có bán được gì không. Bây giờ còn phải liệu đi tìm chỗ mua cao giá và tìm cách chuyên chở. Không dễ ăn đâu! À, có cái này phải nhờ anh (Bà mở va-li lôi ra một xấp sách mỏng đưa cho chồng). Đây là mấy tài liệu tiếng Anh về dụng cụ Tùng đưa cho em về đưa lại cho anh đọc để biết. Ở sở anh họ có dùng mấy thứ này không? Nếu có ai biết thì hỏi ... mà thôi, chuyện này mình giữ kín, đừng hỏi ai hết.

Cầm lấy xấp tài liệu từ tay vợ, ông Vinh đem ra bàn giấy ngồi đọc. Máy lạnh, máy quay ronéo, máy chữ, đủ loại máy. Nhiều máy tương đối mới, sở ông không có. Ngồi xem một lúc ông cất xấp tài liệu đi, nói với vợ.

- Anh thấy mấy thứ này mới, có lẽ bán được giá cao, bao nhiêu thì anh không biết, chắc Thanh nó biết hay đi dọ hỏi. Trong khi đó mình hỏi ông Thìn trong Chợ Lớn, anh nghĩ ai chứ ông này thì bảo đảm biết, có khi còn mua nữa.

Bà Vinh cười chồng.

- Ai đời đi hỏi người mua giá bao nhiêu, dĩ nhiên họ cho giá rẻ mạt. Thôi, anh để mặc em lo. Còn anh thì viết cho xong cái truyện của anh đi. Mà nó đi đến đâu rồi? Cái đôi "gian phu dâm phụ" bỏ nhau chưa hay còn dính vào nhau?

Ông Vinh chợt nghĩ đến Lan nhưng ông không muốn kể cho vợ buổi gặp mặt trong La Fleuve. Vậy chỉ trong vài tuần đã có hai người đàn bà lấp ló trước ngưỡng cửa lòng ông mà ông dấu vợ.

- Em muốn anh viết làm sao? Nếu khai tử mối tình bất chính của họ thì anh thất nghiệp.

Đôi mắt ông Vinh lim dim như ông đang nghiệm một điều gì rồi một lúc sau ông nói.

- Có lẽ anh cho họ bỏ nhau. Anh tự nhiên đâm chán cái truyện này rồi. Tòa báo thúc mãi đâm bực, viết xong cho rảnh nợ rồi còn đi xem lại cái nhà trên đồi ra sao chứ. Nó còn đó không hay đã trôi theo nước mưa xuống chân đồi.

- Lên đó anh viết được gì không? Cái tuần anh lên một mình đó?

Ông Vinh nghĩ đến Nguyện, định mở miệng nói trên đó có nhiều cái làm mình bị chia trí, nhưng im lại.

Bà hỏi tới.

- Hả anh? Anh viết trên đó không được sao? Em cứ tưởng mục đích mình lên đó ở là để anh viết sách. Ở đó rất yên tịnh, khung cảnh nên thơ. Em thấy nó còn đẹp hơn ngoài Nha Trang, chỉ có cái lạnh, lạnh quá. Về sau già khó ở lắm! Nhưng cái đó lo sau, bây giờ mình lên tu sửa lại cái nhà, làm lại thửa vườn, trồng vài cây ăn trái và rau. Em muốn trồng dâu.

Bà đi lại ngồi xuống cạnh chồng, quàng tay sau lưng ông, kéo lại gần rồi hôn lên má. Ông Vinh lấy làm lạ về cử chỉ yêu đương của vợ. Tự nhiên ông giật mình, có lẽ bà đã biết về Nguyện hay Lan nên mới có những cử chỉ yêu đương để hạ đối thủ hầu giữ chồng nhưng ông thấy mình lo lắng thái quá vì làm sao bà biết được về hai người đàn bà kia.

Bà Vinh thủ thỉ bên tai chồng.

- Mình cả đời làm cực bây giờ phải hưởng. Mình chỉ có một đứa phải lo thôi mà nó đã lớn rồi, tự lo cho thân nó được với cái bằng bên Tây. Mình chỉ cần cho con một ít vốn, cưới cho nó một con vợ ngoan là xong. Xong rồi mình du dương, phải không anh?

Đã lâu ông Vinh chưa cảm thấy cái ấm áp của thân thể vợ. Ông vuốt ve lưng bà, bàn tay đi xuống tấm eo giờ không còn thon như hai mươi năm về trước nhưng vẫn còn mềm mại. Ông hôn lên cổ vợ. Bà co rúm người lại. Ông biết bà muốn gì, ông với tay ra tắt ngọn đèn trên bàn. Trong ánh đèn từ ngoài phòng khách hắt vào trong lờ mờ, ông Vinh thấy vợ đêm nay thật đẹp. Bà đã cất đi cái vỏ cứng cáp khôn lanh của một con buôn để thay vào đó bằng cái đẹp của một người đàn bà làm vợ, một vẻ đẹp của một đoá hoa hồng nở ở mức tuyệt đỉnh của nó với những lá hoa đỏ thẫm, không phải cái đẹp của một cành hồng mới chớm nụ mà cái đẹp còn e thẹn lấp ló ở trong.

- Mình lên lầu đi anh!

Bà Vinh vừa nói vào tai chồng vừa cắn nhẹ lên vành tai.

Tối hôm đó ông Vinh đã làm tình thật nồng nhiệt với

vợ. Trong cơn khoái lạc cực đỉnh, ông chợt thấy khuôn mặt của Nguyện rồi của Lan thay phiên nhau hiện lên trên khuôn mặt của vợ mình với cặp mắt lờ đờ hé mở và hàng răng trên bặm lên môi dưới.

B.N. Khôi

9

Trong khi đó nhà bác sĩ Thăng lại có một cuộc họp mới. Viên trung úy quân y mới thuyên chuyển về quận cũng đến dự để được giới thiệu với mọi người. Là bác sĩ mới ra trường, Quang còn rất trẻ với một khuôn mặt còn nhiều nét trẻ con. Đại úy quận trưởng đi trước, Quang theo sau được giới thiệu rồi bắt tay từng người. Ai cũng vồn vã với người trung úy trẻ, muốn giữ lại bên cạnh để hỏi chuyện nhưng họ hỏi thăm về Quang thì ít mà về Sài Gòn thì nhiều. Tình hình chính trị dưới đó ra sao? Ngô Tổng Thống có định cải tổ nội các không? Mối quan hệ giữa Sài Gòn và Hoa Thịnh Đốn căng thẳng đến mức nào? Lão Pháp già chủ nhà hàng Caravelle về nước đã bán cái khách sạn ấy cho ai? Có tin tức gì về tình hình lộn xộn ngoài Huế? Mấy vụ biểu tình của Phật tử, sư tuyệt thực, vân vân. Họ hỏi nhiều lắm nhưng rồi họ thất vọng nhiều vì trung úy Quang không biết gì nhiều, viện lẽ mình chỉ vùi đầu vào việc học, ra trường thì đi quân y vì đó là truyền thống gia đình nên không để ý đến chính trị. Thật chân chỉ hạt bột!

Chả bao lâu Quang không còn là mối chú ý của mọi người nữa. Họ quay sang bàn về chuyến picnic ngày mai.

Bác sĩ Thăng và đại úy quận trưởng sẽ đem theo hai khẩu súng trường, họ sẽ cố bắn một con nai và vài con chim rừng đem về nướng lên nhậu. Viên đại úy lên tiếng cảnh cáo những ai tháp tùng chuyến đi săn phải giữ im lặng tuyệt đối để không làm thú sợ chạy mất. Họ chia công ai phải làm những gì. Ngoại trừ Nguyện, mấy bà đòi ở nhà để sửa soạn, chuẩn bị lò chờ mấy ông khiêng thịt về. Như thường lệ, Trọng nói nhiều nhất và to tiếng nhất. Hắn khoe lần trước đi săn đã bắn được ba con chim rừng. Bác sĩ Thăng cải chính ngay, nói chỉ có một con, hai con kia do chính tay ông bắn. Tên địa ốc cười giả lả, nói có lẽ mình nhớ lầm. Những tràng cười vang lên như sấm nổ, những bàn tay đập lên bàn rầm rầm.

Trung úy bác sĩ Quang đứng vòng ngoài nghe cũng cười theo đồng thời để ý thấy trong số những người ngồi bàn chuyện đi săn có một người đàn bà duy nhất trong khi những bà kia thì kéo ra một góc bàn chuyện buôn bán, nhà cửa, chồng con. Bà này nghe nhiều hơn là nói. Nhìn bà, Quang đoán bà cũng phải ba mươi bảy ba mươi tám hay hơn. Thỉnh thoảng Quang bắt gặp bà ta đưa mắt nhìn mình thật nhanh xong vội nhìn sang chỗ khác. Rồi bà bất chợt quay sang lên tiếng hỏi.

- Bác sĩ Quang đi với tụi này chứ?

Viên đại úy lên tiếng đáp thay.

- Dĩ nhiên rồi, phải không trung úy?

- Vâng ... thì dĩ nhiên là đi.

Đáp thế nhưng trong bụng Quang sợ nếu cả mình và bác sĩ Thăng đi săn trong rừng lỡ ở tỉnh ai bị bệnh khẩn cấp thì không có bác sĩ trực sẵn, đưa mắt dọ nhìn ông bác sĩ lớn tuổi. Như đoán được cái lo của viên bác sĩ trẻ qua câu trả lời đầy do dự và cái nhìn thăm dò, bác sĩ Thăng vỗ vai Quang.

- Trung úy khéo lo. Trung úy mới lên nên chưa biết dân tình ở đây. Họ có thần giao cách cảm. Mỗi khi tôi phải vắng mặt là tự nhiên cả quận không ai bệnh hoạn gì. Họ biết mà ... mà này, Trung úy bắn giỏi không?

Quang thầm bất mãn về tinh thần vô trách nhiệm của viên bác sĩ già nhưng chỉ mỉm cười không đáp.

Người đàn bà chen vào.

- Bác sĩ mà bắn giỏi thì làm sao là bác sĩ giỏi được. Y khoa tượng trưng cho hàn gắn, bắn súng là tàn phá, hai cái đó trái ngược nhau.

Mọi người đưa mắt nhìn Nguyện rồi nhìn bác sĩ Thăng. Ông này xoa cằm, gật gù nói.

- Bà Nguyện nói đúng, bởi vậy tôi sắp về hưu, xếp dao băng theo việc săn nai. Tất cả việc chăm sóc bệnh nhân tùy vào trung úy Quang đây, còn trẻ và sẽ phục vụ dân chúng cả chục năm nữa.

Vài người đùa lên tiếng mắng Nguyện đã làm bác sĩ Thăng có ý định về hưu sớm, tình hình sức khoẻ trong quận sẽ trở nên "nguy kịch". Quay sang Quang, Nguyện tuyên bố.

- Tôi hoàn toàn đặt tin tưởng vào tài năng của bác sĩ.

Viên trung uý quân y trẻ tuổi đỏ mặt lên, bẽn lẽn cười, lí nhí cám ơn Nguyện. Trọng giả vờ nhìn quanh hỏi mọi người.

- Lão Xung chiều nay có đến không để nói cho lão

biết sắp có thân chủ?

Mọi người cười ồ lên. Lão Xung là chủ tiệm nhà hòm dưới chợ. Trọng hỏi thế nhưng chỉ đùa vì biết lão không phải là hội viên của nhóm người "văn minh" trên đây, không bao giờ được mời lại đây.

. . .

Sáng hôm sau mọi người đã tề tựu tại nhà bác sĩ Thăng từ sáng sớm. Bà Thăng đãi khách cà phê sữa, xôi và bánh mì bơ. Mấy người đàn ông bu xung quanh bác sĩ Thăng và đại úy quận trưởng để nghe họ chỉ cách xử dụng súng. Tiếng lên cơ bẩm lách cách, tiếng đạn nạp vào băng làm Nguyện không thấy vui. Vốn không thích súng ống nhưng hễ ai bắn được con thú rừng nào làm thịt mời thì ăn, Nguyện mình mâu thuẫn ở điểm này và thắc mắc tại sao lại đi theo họ làm gì. Hắn không phải để xem con thú trúng đạn kêu lên mấy tiếng thảm thiết rồi quỵ xuống, thân be bét máu. Đi theo đám đàn ông để được đi vào rừng chơi chứ ở nhà thì chỉ dám đi luẩn quẩn trong khu rừng thông nhỏ, không dám đi sâu vào những khu rừng to hơn nếu không có ai đi theo. Cánh rừng thông giữa Đỉnh Nguyện và Đỉnh Gió Hú nhà ông Vinh là cánh rừng duy nhất Nguyện dám đi vào một mình và đã đi nhiều lần. Những cây thông, bụi hoa dại, giòng suối chảy róch rác vòng quanh những tảng đá to, con đường mòn nhỏ lúc nào cũng bị lá thông nhọn như kim che phủ, tất cả Nguyện biết hết, quen thuộc hết nhưng không đi vào cánh rừng đó để đi dạo mà đi qua để đến căn nhà bên kia trong những ngày đẹp trời.

Bây giờ không còn lý do đi nữa.

Nguyện cầm tách cà phê đi ra vườn sau nhìn mặt trời

mọc. Căn biệt thự không ở trên đỉnh đồi như nhà Nguyện nên cảnh bình minh ở đây không đẹp bằng. Mặt trời đi lên từ sau rặng cây thông cuối cánh đồng cỏ. Những tia nắng chiếu xuyên qua giữa những cành cây hãy còn yếu ớt không đủ sưởi ấm cho ban mai. Nguyện kéo cổ áo khoác lên cao, rụt cổ lại tìm hơi ấm.

Tiếng giầy đinh đi trên sân trải sỏi làm Nguyện quay đầu lại. Người trung úy quân y trẻ đi lại.

- Trung úy lại đây ngồi với tôi ngắm mặt trời mọc, Nguyện mời.

Quang kéo một cái ghế gỗ lại gần rồi ngồi xuống bên cạnh. Profile của Nguyện nổi bật trong ánh nắng hồng ban mai, những tia nắng chiếu lên mái tóc Nguyện sơn lên một màu vàng nhạt lóng lánh. Nguyện nâng tách cà phê lên nhấp. Một giọt nước nâu rời môi người đàn bà rơi xuống ngực áo. Nguyện lấy ngón tay quệt lên nó, ngửng lên thấy Quang chăm chú nhìn mình, lên tiếng ghẹo.

- Bác sĩ thấy tôi có triệu chứng bệnh sao mà chẩn kỹ thế!

Quang đỏ mặt, ấp úng trả lời.

- Xin lỗi bà ... (rồi nói lấp liếm), tôi thấy cảnh mặt trời mọc đằng kia đẹp quá nên nhìn.

- Tên tôi là Nguyện, bác sĩ đừng gọi tôi là bà nữa, nghe già lắm.

- Còn tên tôi là Quang, không phải trung úy hay bác sĩ. Xin lỗi bà ... à Nguyện, tại tôi thấy Nguyện lớn tuổi hơn tôi nên gọi thế cho phải phép.

- Vậy Quang kêu tôi là chị đi!

Nguyện nói xong tự phá lên cười như để che cái thẹn của mình dám tự nhiên đòi đi làm chị hai người ta. Quang cười theo nói, vâng thì gọi là chị.

- Quang không thích đi săn?

- Không! Quang không thích bắn vô tội vạ như thế. Mình chỉ bắn súng trong trường hợp tự vệ thôi. Trước khi vào quân y Quang phải đi thụ huấn căn bản ở Quang Trung hết mấy tuần nên biết bắn súng nhưng không thích. Lúc nãy trong nhà chị bảo bác sĩ mà bắn giỏi thì làm sao là bác sĩ giỏi được. Quang thích cái triết lý đó.

Nguyện cười ngặt nghẽo.

- Cám ơn Quang nhưng chị không dám gọi nó là triết lý, nó chỉ là một quan điểm xoàng, quan điểm thôi chứ cũng chưa dám là nhận xét vì nếu mình gọi là nhận xét tức là cái mình nói là những gì mình thấy và biết như là một sự kiện. Nếu có một ông bác sĩ nào bắn giỏi mà mổ dở thì đó là một trùng hợp ngẫu nhiên.

- Bác sĩ Thăng chữa bệnh giỏi? Quang hỏi.

- Ông Thăng là một trường hợp ngoại lệ cho cái quan điểm của chị. Ông ta vừa là một bác sĩ tài khoa vừa là một nhà thiện xạ, gắp đầu đạn trong cơ thể con người ta ra rất khéo nhưng cũng cho đầu đạn vào thân thể mấy con thú rất tài. Lát nữa đây sẽ thấy. Thế Quang có định bắn không?

- Không! Nếu chẳng đặng đừng phải bắn thì sẽ bắn hụt.

Cả hai người đều cười lên biểu đồng tình một cách khoan khoái.

Cánh cửa đi ra vườn bật mở. Khuôn mặt bà Thăng thò ra nhìn quanh quất. Thấy hai người ngồi bên nhau, bà la lên.

- Đến giờ đi rồi ông bà ơi! Họ chờ cả ngoài sân trước. Khiếp! Du dương như thế đủ rồi.

Nguyện cười thật to trước câu đùa của bà Thăng trong khi Quang thì đỏ mặt lên. Trên đường đi lên rừng, Nguyện ngồi ghế trước, Quang ngồi trên chiếc băng ngay sau lưng. Thỉnh thoảng Nguyện quay lại hỏi điều gì, Quang cảm thấy ngây ngất trong mùi thơm từ tóc Nguyện tỏa ra. Những sợi tóc mềm mại như tơ như lụa của người thiếu phụ quét lên má Quang đem lại một cảm giác êm ái vô cùng.

. . .

Hai chiếc xe Jeep thắng gấp trước cửa nhà. Đám người đi săn nhảy xuống xe cười nói bi bô. Chiếc xe đầu ngồi chật cứng vì người ta phải ngồi dồn dành chỗ cho chiếc sau chở con nai bị bắn. Trọng đi trước hai tay khệ nệ xách hai con chim rừng khá to. Máu rỉ ra từ vết thương nhỏ xuống đất, có những giọt rớt xuống mũi giầy Trọng. Nguyện quay mặt đi chỗ khác. Bác sĩ Thăng và vài người khác chật vật khiêng con nai đi vòng ra vườn sau để mổ bụng. Viên quận trưởng giỡng dạc tuyên bố buổi đi săn thành công.

Nhìn xung quanh tìm Quang, Nguyện thấy anh ta đứng một mình sau chiếc Jeep, chân xủi xủi mặt đất, mặt có vẻ không vui.

- Quang sao thế?

Nguyện hỏi nhưng biết nguyên nhân cho sự bất mãn

của thể hiện trên nét mặt. Con nai đã không chết ngay khi bị trúng đạn, con thú dãy dụa một lúc trong khi đám người đi săn đứng nhìn ra chiều thỏa mãn. Chính Nguyện đã phải giục ông Thăng bắn một phát ân huệ vào đầu con nai để chấm dứt đau đớn cho nó. Khó mà quên đi được hình ảnh của cái nhìn van lơn trong cặp mắt con thú bị nạn. Nó van lơn loại động vật hai chân với một cơ thể yếu đuối nhưng có một trí tuệ thượng đỉnh chấm dứt cái trò chơi man rợ. Nguyện cũng không quên được cái nhìn tóe lửa trong mắt Quang lúc đó đứng sát mình, hai con ngươi muốn nổ tung lên nhảy xổ ra ngoài.

"Bọn tàn nhẫn," Nguyện nghe Quang lầm bầm trong miệng.

Không còn ai ngoài sân trước ngoài người lính tài xế của ông quận đang dọn dẹp xe. Nguyện đi lại gần Quang, nhìn bàn tay hãy còn run run mắt vẫn còn dính trên mũi giầy. Quang nhìn lên gặp cái nhìn của Nguyện trìu mến lẫn lo âu như của một người chị lo cho đứa em bị ốm nặng. Người bác sĩ trẻ gượng cười đáp.

- Không sao đâu chị, chị đi vào trong đi.

- Chị không muốn vào vội, để chị đứng đây một lúc nhưng chị nghĩ Quang nên vào, không nên làm ông quận trưởng phật ý, không tốt đâu.

- Chị đi săn với họ thường không?

Câu hỏi của Quang một nửa là hiếu kỳ nửa kia như là một lên án sự đồng lõa của Nguyện.

Nguyện lắc đầu.

- Đây là lần đầu nhưng cũng là lần cuối. Ác quá!

Đứng ngoài sân một lúc, hai người đi vào nhà. Buổi cơm tối hôm đó tại nhà bác sĩ Thăng, Nguyện và Quang tránh ăn thịt nai nướng. Chiều chủ nhật sau, Quang lái xe Jeep lên Đinh Nguyện. Hai người thức thật khuya nói chuyện. Đến hai giờ sáng Quang mới ra về.

B.N. Khôi

10

Tên chủ bút đọc xong giòng chữ cuối rồi đặt xấp giấy xuống bàn. Hắn thất vọng ra mặt. Ông Vinh đã khai tử mối tình bất chính của cặp tình nhân và chấm dứt câu truyện ngoại tình đăng hàng ngày trên báo Tiếng Chuông. Hắn biết độc giả cũng sẽ thất vọng như mình.

- Ông sẽ cho họ gặp lại nhau chứ? Hắn cố vớt vát.

- Còn tùy, nhưng lúc này họ hết gặp nhau rồi. C'est fini. Nếu muốn, ông có thể viết ở dưới là câu truyện tạm chấm dứt nhưng tôi không bảo đảm gì hết. Có thể nó hết luôn. Tôi cho ông biết sau. À này, có thơ từ gì cho tôi không?

Nhìn mấy lá thơ tên chủ bút thẩy lên mặt bàn, ông Vinh không muốn cầm vì không thấy phong bì với nét chữ quen thuộc của Lan. Nghĩ sao ông quơ lấy chúng, gập đôi rồi nhét vào túi quần, đứng lên đi ra xe.

Biết không có thơ của Lan nhưng ra đến ngoài ông Vinh vội xé hết mấy cái phong bì ra xem. Ông thở dài. Không có cái nào của Lan cả. Ông đâm bực, xé nát mấy lá thơ đó rồi quăng ra ngoài cửa sổ xe. Những mảnh giấy vụn bay tứ tung trong ngọn gió đầu mùa mưa, mảnh bay tốc theo ngọn gió lên cao, mảnh rớt xuống giòng nước chảy xuống rãnh bên lề đường.

Mấy hôm nay ông mong thơ của Lan viết cám ơn mình về câu truyện tình cảm ông viết. Trong suốt tuần lễ qua, ông từ từ cho cuộc tình của đôi tình nhân chết dần. Ông cố tình viết thế để cho Lan thấy ý định của mình mà động lòng viết vài giòng cảm tạ. Nhưng không, tuyệt nhiên không một giòng chữ. Đứng bên cửa sổ trong văn phòng nhìn thành phố dưới cơn mưa như thác lũ, ông Vinh thấy trong lòng mình dấy lên một nỗi nhớ nhung, mạnh hơn cả trận mưa bên ngoài. Ông nhớ lại buổi chiều mưa trên cao nguyên, trên đỉnh đồi nhà ông, bên kia đỉnh đồi nhà Nguyện. Rồi ông nhớ đến người đàn bà sống cô đơn trên ngọn đồi đó, tưởng tượng ra hình ảnh bà họa sĩ đang miệt mài vung tay cầm cọ trên vải tranh.

Tiếng điện thoại reo vang.

"Hy vọng là Lan."

Tiếng Thanh bên kia đầu giây.

- Anh Vinh? Thanh đây.

- Ừ, anh đây, chuyện gì vậy?

- Tối nay em ghé anh chị bàn vụ đồ ngoài Nha Trang, được không? Khoảng tám giờ.

- Cứ đến, sao không đến sớm rồi ăn cơm với anh chị luôn.

. . .

Thanh đến trước tám giờ. Trong bữa ăn hắn nói đã tìm được mối để bán mớ vật dụng ngoài Nha Trang. Ông Vinh để vợ và người em trai bàn chuyện làm ăn, ông biết cái đó là ngoài lãnh vực của mình. Theo lời người em thì hắn đã tìm được hai chỗ trong Chợ Lớn, những tay tàu thương gia chuyên mua đi bán lại. Cũng theo Thanh thì những tay làm ăn này là chỗ tín cẩn, không có gì phải sợ. Nghe em trấn an vậy nhưng ông Vinh vẫn thấy lo. Ông thừa biết tệ trạng tham nhũng trong chính quyền, từ những bộ sở cho đến những ty cảnh sát địa phương. Những tay này không thích ai làm ăn mà không chia với họ. Họ tìm cách giăng bẫy để bắt, đe dọa, làm tiền. Không đóng tiền cho bọn chúng thì ngồi tù rục xương, tài sản bị tịch biên. Chính cá nhân ông đã chứng kiến vài vụ như thế, ngay nơi ông làm. Ăn cơm xong bà Vinh dọn chén đũa xuống bếp, ông pha cà phê rồi mời Thanh ra phòng khách nói chuyện.

Không như anh, Thanh không có gia đình. Người vợ trước của hắn chết vì bệnh đã khá lâu. Từ đó Thanh ở vậy dù đã ngoài bốn chục. Sẵn tính xông xáo, nay không vợ, không con, Thanh sống như một người còn trẻ, ăn chơi, chạy áp phe, bất cứ gì có tính cách mạo hiểm và đem lại tiền. Vụ áp phe lần này không phải là lần đầu. Ông Vinh nhiều lần khuyên em bớt lại, lo tìm vợ sống một cuộc sống gia đình nề nếp. Thanh cười mỗi lần nghe lời khuyên.

Bà Vinh rửa chén bát xong đi ra ngoài, trên tay còn cầm chiếc khăn lau.

- Chú cho tôi hai ngày nữa để xem chỗ tôi biết họ cho giá bao nhiêu rồi mình quyết định.

Thanh đồng ý. Đã làm vài vụ với chị dâu trước đây, hắn biết bà quen nhiều chỗ, có thể mua lại với giá cao hơn giá mấy tên ba tàu Chợ Lớn đưa ra. Hắn móc túi lấy bao Mélia ra móc một điếu gắn lên môi rồi châm lửa. Vừa thở ra một hơi dài, Thanh hỏi anh.

- Sao anh đã tìm ra chỗ nào bán cái loại xì-gà thổ tả Phoenix chưa? Em nhớ hôm ghé văn phòng em anh có hỏi.

Bà Vinh ngạc nhiên nhìn chồng.

- Anh hút xì-gà?

Ông lắc đầu.

- Mới chỉ một lần. Trong sở có người họ cho thử, anh thấy ngon nhưng tìm không ra. Chả sao, anh đâu định hút thuốc lại đâu, lần đó hút thử tự nhiên thấy ngon nên muốn tìm.

Nói dối xong ông mới thấy cái ngu của mình, đâm lúng túng không biết sẽ giải thích ra sao để che mắt vợ.

- Sao anh không hỏi ông đó mua ở đâu? Thanh ngạc nhiên hỏi.

- Ơ ... sẵn thấy chú hút nên tôi hỏi ... a ... mà thôi, tìm ra được làm gì rồi hút lại, không tốt, ông Vinh đổi mũi dùi để tránh sự chú ý của vợ, chú cũng nên bỏ hút đi, hại lắm đó.

Thanh cười hì.

- Em hút đã hai chục năm rồi, thấy có sao đâu.

Thấy vợ mặt còn nét đăm chiêu, ông Vinh bồi người em thêm một câu để lôi vợ ra khỏi cái thắc mắc đang lẩn quẩn trong đầu bà mà ông biết có thể đưa đến nhiều câu hỏi ông không trả lời được.

- Bây giờ thì không sao nhưng lúc nó đổ ra thì quá trễ. Cái đó tùy chú.

Hai lông mày trên mặt bà Vinh nhíu lại thật gần. Chợt bà vỗ tay lên đùi đánh đét một cái rồi quay sang Thanh hỏi.

- Lúc nãy chú nói cha Sẻng trong Chợ Lớn thuận lo hết chuyện chuyên chở phải không?

Ông Vinh thở phào thật nhẹ sợ vợ để ý trong khi Thanh trả lời.

- Vâng, nhưng ông ta muốn mình phải cho người đi theo vì lý do an ninh. Hàng về đến Sài Gòn vào kho rồi ông mới đưa tiền chứ không phải trả khi lấy hàng tại Nha Trang.

- Cái đó chú nói tôi rồi. Cũng được, tôi sẽ đi theo với ông ấy để ông an lòng. Mình lấy tiền xong gởi phần Tùng ra cho hắn. Nếu thế thì mình đi với cha Sẻng đi vì khi nãy chị tính nhầm. Nếu mình không phải lo phần chuyên chở thì lợi hơn. Chú liên lạc với ông ta ngay đi.

Thanh ra vẻ hài lòng vì trong thâm tâm hắn không hoàn toàn tin tưởng vào những nơi mà bà Vinh quen biết vì không rõ họ ra sao nhưng không dám đặt nghi vấn với bà vì sợ mất lòng. Nay bà đồng ý đi với Sẻng thì thật tiện.

Ông Vinh xen vào.

- Tùng nó tin mình không nếu hắn không được trả tiền khi giao hàng? Thử đặt mình vào vị thế của hắn. Mình giao hàng và nhận lời hứa của người mua sẽ trả tiền sau rồi tiền không đến mà hàng thì mất, mình đi kiện ai?

- Thanh đây là bạn nó, còn em thì đã buôn bán vài vụ với mẹ nó. Em nghĩ Tùng sẽ tin mình. Nếu hắn ngại, mình giao trước cho hắn vài nghìn rồi trả phần còn lại sau. Chú Thanh nên bàn cái đó trước với Tùng đi, hắn có chịu thì mới nói với ông Sẻng. Nếu không cho Tùng biết trước, ra đến nơi hắn không chịu thì về tay không sao? Rồi nói gì với ông Sẻng?

Ông Vinh ngần ngại bảo vợ.

- Em đi được không. Để anh đi cho, em đi anh ngại lắm. Đi chung với người ta ...

Thanh phá lên cười.

- Anh sợ chị với ông Sẻng hả! Ông ấy có đến ba vợ lận, không đến phiên chị đâu, cô vợ ba của ông là một cô Tàu nhỏ lắm, mới mười tám thôi. Ông ta không muốn mấy bà sồn sồn.

Nghe vậy nhưng ông Vinh vẫn không thấy vui trong bụng nhưng không nói ra. Câu truyện ngoại tình ông vừa cho chấm dứt trở lại trong đầu ông nhưng với những nhân vật mới.

Ngồi nói chuyện một lúc Thanh đứng lên ra về.

. . .

Quăng tờ báo Tiếng Chuông xuống mặt bàn bureau, ông Vinh lầm bầm chửi thề trong miệng. Ông muốn lấy điện thoại gọi thằng chủ bút chửi nó nhưng dằn xuống. Chính ông đã mớm ý cho hắn thì giờ có lý nào chửi hắn. Cầm tờ báo lên lại, ông đọc lại khúc dưới đoạn kết câu truyện của ông.

"Trong cuộc tình, chia tay nào mà không đau đớn, không gây ra nhớ nhung, không để lại dằn vặt. Có ai phải chia tay như Thuận và Hạnh mà không thấy xé lòng. Liệu Thuận có tìm lại được hạnh phúc với người vợ mà chàng đã không ngó ngàng gì đến trong suốt mấy năm trường?

Liệu Hạnh có tìm được hạnh phúc với một ai khác ngoài Thuận? Có chia tay mới thấy hạnh phúc của ngày hội ngộ đẹp ra sao! Xin quý vị độc giả đón xem phần kế tiếp của trường thiên tiểu thuyết Thuận Hạnh của văn sĩ Văn Thế Chương sẽ được đăng trong nay mai."

"Cải lương ơi là cải lương! Mà mình đã bảo hắn mình không bảo đảm viết tiếp mà. Khốn nạn!"

Ông đứng lên đi ra hành lang. Người thư ký già ngồi ngáp lên ngáp xuống sau cái bàn con. Sẵn bực mình ông quát.

- Ông không có gì làm sao?

Người thư ký giật mình lắp bắp đáp, dạ có, xong vội mở hộc tủ lấy ra mớ hồ sơ rồi chúi mũi vào vờ đọc.

Ông Vinh đi xuống câu lạc bộ nha tìm một ly cà phê sữa uống. Đã quá giờ cơm trưa nên dưới phòng ăn chỉ còn lác đác vài người. Ông thấy lão phó giám đốc Thịnh đang ngồi ăn tô hủ tíu định quay lưng đi nhưng quá trễ. Thịnh nuốt vội mấy sợi hủ tíu rồi ú ớ kêu.

- Ông Vinh, lại đây làm một ly cà phê với tôi.

Bất đắc dĩ ông đi đến miệng cố nở một nụ cười mà có lẽ là méo. Thịnh nói cô bé chạy bàn đem hai phin cà phê sữa xong hạ giọng nói nhỏ.

- Ông nghĩ sao về cái tin ấy?

Ông Vinh nghĩ thầm "Lại ba cái tin đồn nhảm lão nghe ở đâu đây" lắc đầu trả lời ẩm ờ.

- Tôi không biết nghĩ sao. Còn ông?

Thịnh đưa cho ông tờ báo Ngôn Luận bảo đọc trang

đầu. Cái tít lớn "Mỹ đe dọa cắt viện trợ cho Việt Nam" nằm chình ình ngay giữa trang. Ông Vinh đã đọc tin này khi ăn điểm tâm sáng nay ở nhà.

Ông xếp tờ báo lại không nói gì. Lão phó giám đốc múc nước lèo lên húp xì xụp một lúc xong móc túi lấy khăn mu-xoa ra lau quẹt ngang miệng, thò tay lấy một cái tăm trên bàn rồi nhe hàm răng hô ra xỉa.

- Thế này thì mình chết, tiền đâu mà điều hành nước, lão rên rỉ.

- Thì toàn quốc phải thắt lưng buộc bụng như tổng thống đã thường nói.

- Nói như ông dễ lắm, thế nào chính phủ cũng cắt lương của công chức cho xem.

Ông Vinh nhún vai.

- Chưa biết được mà dù có cắt lương thì đây là cái nạn của cả nước chứ riêng gì công chức. Chả lẽ sống nhờ viện trợ Mỹ mãi sao? Đến lúc nào thì phải tự túc tự cường chứ!

Lão giám đốc trợn mắt nhìn đồng nghiệp.

- Ông nói oai thế vì vợ ông buôn bán, đâu phải ai cũng may như ông đâu. Đành là đến lúc nào đó thì mình phải tự túc tự cường nhưng lúc này chưa phải lúc. Kinh tế nước nhà còn yếu kém, nhiều cơ sở kỹ nghệ dựa vào viện trợ Mỹ để sống. Cắt tiền viện trợ nhiều người rất sẽ khốn đốn. Rồi miền Bắc lúc nào cũng lăm le đòi đem quân vào Nam để gọi là giải phóng. Không có viện trợ quân sự, làm sao mình có một quân đội mạnh để giữ nước. Ông nghĩ lại xem!

Ông Vinh đồng ý ngay với lão Thịnh, một phần thấy lão nói cũng có lý, phần biết mình bất đồng ý kiến với lão sẽ bị giữ lại thuyết cho bằng được.

Cơn mưa bên ngoài trở lại trút xuống từng cột nước. Uống hết tách cà phê, ông Vinh đứng lên chào lão Thịnh rồi về lại văn phòng. Vào trong ông giở chồng hồ sơ ra làm việc tiếp nhưng đầu óc để đâu không. Ông nghiệm lại thấy lão phó giám đốc nói rất đúng. Không có viện trợ Mỹ, việc chính phủ làm trước tiên là cắt lương công chức và quân đội. Ít tiền đi, ông sẽ không còn gởi măng đa cho đứa con trai bên Tây thường như trước. Nó sẽ phải đi làm bồi rửa chén nhà hàng để tìm thêm tiền. Ông chợt thấy mệt mỏi chán chường, muốn bỏ đi đâu thật xa ở chỗ nào không còn lo lắng phiền muộn.

"Chắc cuối tuần này lên đỉnh Gió Hú ở vài ngày cho khỏe," ông nghĩ.

Điện thoại reo vang.

- A lô!

- Ông Chương? Lan đây!

Lan đầu giây bên kia! Một ngạc nhiên thích thú. Ông cố lấy điềm tĩnh.

- Chào cô Lan, cô gọi tôi có chuyện cần?

Một vài giây im lặng.

- Tôi muốn gặp ông lần nữa ... nếu ông không ngại.

- Ngại? Chả có gì ngại. Tôi sẽ gặp cô tại nhà hàng La Fleuve trong một tiếng đồng hồ.

- Sao gấp thế? Ông muốn gặp tôi gấp có chuyện gì?

Biết mình hớ, ông Vinh nói láo.

- Ngày mai tôi bận. Tôi nghĩ cô gọi tôi là có chuyện cần gặp thì sẵn hôm nay rảnh nên tôi muốn gặp cô. Sẵn đây cô cho tôi biết tại sao cô muốn gặp tôi nữa? Vì một chuyện khác hay về câu truyện mà tôi vừa chấm dứt?

Lan không trả lời thẳng chỉ nói.

- Được, một tiếng nữa tại nhà hàng La Fleuve.

Tiếng u trong ống nói vẫn còn vang trong óc ông Vinh sau khi đặt điện thoại xuống. Ông nhấc điện thoại lên lại gọi lão Thịnh cho biết phải về sớm có việc nhà.

. . .

Chiếc taxi sơn xanh vàng tấp vào lề, hai bánh xe đâm vào vũng nước mưa văng lên tung toé. Cánh cửa xe từ từ mở. Lan rụt rè thò chân ra chưa kịp bước xuống thì giật mình khi thấy một chiếc dù đen ở đâu bật mở to che sát cửa xe. Khuôn mặt ông Vinh hiện ra dưới vòm vải đen. Lan lưỡng lự rồi bước xuống xe khép nép dưới chiếc dù. Cơn mưa vẫn chưa dứt. Những giọt mưa hắt lên tóc lên vai áo dài. Ông Vinh đưa cả chiếc dù che hết đầu Lan, đầu trần ông ướt nhẹp dưới cơn mưa.

Lan kêu lên thảng thốt.

- Chết chửa! Ông ướt hết rồi.

- Không sao, mình đi vào nhanh lên không thì tôi còn ướt nữa.

Hai người lại ngồi chỗ cũ hôm gặp nhau lần đầu. Ông Vinh vuốt tóc, những giọt nước chảy dài trên má xuống áo, ông rút mu-xoa ra chậm lên mặt. Chiếc khăn ướt theo, ông nhìn quanh rồi lau hai tay vào chiếc khăn bàn.

Lan nhìn những động tác của ông Vinh.

- Cám ơn ông! Ông không cần phải ra đón tôi.

- Tôi lại trước, sẵn thấy cô đến nên ra đón.

- Cám ơn ông lần nữa, giọng Lan có phần cảm động.

Cô chạy bàn đi lại.

- Cô Lan uống gì cho ấm lòng? Trời mưa lạnh thế này mà làm một ly Du Bonnet thì nhất.

- Du Bonnet? Lan ngần ngừ, nghĩ sao rồi gật đầu.

Ông Vinh nói cô chiêu đãi đem hai ly rượu ngọt Pháp. Cô ta đi rồi, Lan thấy ngượng nghịu không biết nói gì. Nàng nhìn quanh, nhà hàng buổi chiều chưa đến giờ cơm tối nên thưa người. Vài cặp ngồi xa xa đang châu đầu vào nhau thủ thỉ trông rất hạnh phúc làm Lan mất tự nhiên, thấy cảnh mình ngồi với một người đàn ông trong một buổi chiều mưa cũng không khác gì họ. Đoán được ý nghĩ của Lan, ông Vinh mỉm cười một cách thích thú. Lan đỏ mặt lên, vẻ bạo dạn hôm nào đã bị nước mưa làm trôi mất tự lúc đi dưới chiếc dù che của ông Vinh. Vẻ bạo dạn ấy trở lại sau khi Lan uống ngụm rượu apérétif cô chiêu đãi đem lại. Ngụm rượu để lại một vị ngọt lịm trên đầu lưỡi, làm cổ và ngực ấm lên.

Đặt ly rượu xuống bàn, Lan nói khẽ như tự nói cho mình nghe.

- Cũng thứ rượu này!

- Cũng thứ rượu này làm cô nhớ lại cái gì trước kia?

Câu trả lời đến úp mở.

- Tôi đến để cám ơn ông đã cho kết thúc câu truyện ngoại tình ông viết nhưng ông lại tìm cách khác không cho tôi quên. Sao ông cứ bắt tôi phải nhớ mãi!

- Tôi bắt cô nhớ chuyện xưa của cô qua ly rượu Du Bonnet?

Ông Vinh có cảm tưởng mình bắt đầu lần ra đầu giây mối nhợ, cô uống rượu này lần đầu tiên gặp người đàn ông ấy ... hay lần cuối đi với ông ta?

Nét mặt Lan chợt đanh lên, cặp môi mím lại, trông không khác một con mèo cái nhe nanh giương vuốt. Hơi thở nàng dồn dập, bộ ngực lên xuống thật nhanh. Ông Vinh nhẹ nói.

- Xin lỗi cô về câu hỏi vô ý của tôi.

Nét mặt dịu xuống, Lan ngồi thừ ra với vẻ chán nản.

- Tôi ngu quá, tôi đã giận cá chém thớt. Tôi trút sự tức giận lên đầu ông mà ông có lỗi gì đâu. Tất cả chỉ vì tôi đã quá tin tưởng vào người khác. Tôi khờ, tôi ngu, tôi mù. Đến lúc thấy ra thì quá muộn. Giờ mình phải trả giá cho sự ngu muội của mình, trả giá suốt đời. Ông tha lỗi cho tôi! Tôi ngu để chuyện xảy ra, tôi tiếp tục ngu để không thấy là mình có chạy trốn thì sự thật vẫn là sự thật, vẫn còn đó. Đó là số phận của mình. Tôi đã trách ông, hạch tội ông không nương tay mà có biết đâu ông không viết thì sẽ có người khác viết. Không những tôi ngu, tôi còn hèn chỉ quy tội cho người bàng quan để trốn tránh nhìn nhận lỗi của mình.

Trước lời tự trách dài của Lan, ông Vinh ngồi im, ông biết mình không nên chen vào, hãy để nàng nói ra hết cho thỏa, đó là cách duy nhất cho người trong đau khổ đối phó với cái đau khổ của mình. Ông chợt thèm mùi xì-gà Phoenix. Ông ngoắc tay gọi cô chạy bàn đến hỏi nhà hàng bây giờ có loại xì-gà đó không. Cô ta lắc đầu bảo không.

- Ông cũng hút xì-gà Phoenix? Lan trợn mắt hỏi.

- Cô hỏi ... cũng hút xì-gà Phoenix. Ai khác hút xì-gà Phoenix?

Lan lắc đầu trả lời.

- Xin lỗi ông, chắc chỉ là một trùng hợp.

Ông Vinh không tha.

- Giữa cô và tôi đã có ba trùng hợp rồi. Còn trùng hợp nào nữa phải liệt ra trước khi cô kể cho tôi chuyện của cô? Cô muốn gặp tôi để cám ơn tôi đã chấm dứt truyện tôi viết. Mình còn nhiều thời giờ buổi chiều nay, tôi sẵn sàng ngồi đây hết ngày nghe cô nói.

Thở dài một lần nữa, Lan lại lắc đầu.

- Kể để cho ông viết tiếp câu truyện ông tạm chấm dứt?

Ông Vinh há miệng định nói nhưng Lan đưa tay lên chặn.

- Tôi không chê ông thiếu chất liệu để viết. Đừng hiểu lầm! Tôi chỉ sợ một ngày nào đó ông lại cho câu truyện đó tiếp tục. Chuyện của tôi xảy ra đã lâu nhưng nó cứ như một cuộn phim chiếu đi chiếu lại trong óc tôi. Thôi! Tôi chả cần ông viết hay không. Vô ích! Tôi có ý định bỏ đi xa, tôi biết ra đi sẽ không làm mình quên nhưng một cuộc đời mới sẽ làm mình có những ưu tiên khác. Đến lúc này tôi vẫn chưa biết đi đâu, chỉ cần biết một nơi nào đó xa hẳn nơi này, không những xa mà còn khác, hoàn toàn khác như một thế giới khác.

- Cô sẽ cho tôi khi cô biết cô đi đâu?

Lan uống thêm một ngụm rượu.

- Có lẽ.

- Tại sao cô phải đi xa, liệu đi xa có chạy trốn được thực tại không? Quan trọng là xa trong tư tưởng chứ không phải xa trong không gian. Có xa được trong tư tưởng thì dù cô ở đây cô vẫn quên được chuyện cũ. Còn xa trong không gian nhưng đầu óc còn vương vấn những kỷ niệm xưa thì cũng vô ích, họa chăng xuống chốn địa ngục mới quên được. Tôi sẽ giúp cô quên chuyện xưa nếu cô cho phép tôi đi vào đời tư của cô. Đồng ý?

Sự im lặng của Lan trong một lúc khá lâu đối với ông Vinh là một thỏa thuận. Ông khẽ nói, giọng trầm xuống như một người cha khuyến dụ con thú nhận mình đã làm chuyện gì xấu xa.

- Cô nói cho tôi biết thêm về hai cái trùng hợp mà tôi chưa được rõ, rượu Du Bonnet và xì-gà Phoenix.

Lan dốc ngược ly rượu đổ những giọt cuối vào trong miệng. Ông Vinh gọi cô chiêu đãi đến mua thêm hai ly.

- Ông định chuốc rượu tôi phỏng?

Ông Vinh gật gù cười lại.

- Tôi nhất định phải bắt cô khai cho bằng được hai cái trùng hợp đó mới tha. Cái thứ nhất, ly rượu ngọt.

Hai ly Du Bonnet được đem đến trên một cái khay. Cô hầu bàn vừa quay lưng đi thì Lan đã nâng ly lên uống cạn. Ông Vinh đẩy ly mình lại trước mặt Lan nhưng người đàn bà nhìn ông cười gằn.

- Ông làm gì vậy? Bộ ông tưởng tôi là con gái mới lớn đầu óc còn non nớt thèm uống rượu sao? Ông khinh thường tôi thế! Ông định phục rượu tôi để tôi phơi trần chuyện đời tôi hay phơi trần thân tôi cho ông xem?

Ông Vinh buột miệng đáp không suy nghĩ.

- Cái nào cũng được.

Nhìn mặt Lan đỏ lên giận dữ rồi biến sắc tái đi, ông Vinh biết mình lỡ lời vội lên tiếng phân bua.

- Xin lỗi cô. Tôi thật ra chỉ muốn cô bớt căng thẳng để nói chuyện thoải mái, vậy thôi chứ không có ý gì.

Lời biện hộ đến quá trễ. Lan đứng lên đi vội ra cửa, bước chân hơi lảo đảo vì say. Móc túi lấy mấy tờ giấy bạc quăng lên bàn, ông Vinh chụp cái dù chạy theo sau ra ngoài đường. Cơn mưa khốn nạn dứt lúc nãy giờ đổ ập xuống lại nhanh đến độ ông không kịp giương dù. Lan đang đứng dưới cơn mưa tầm tã tìm taxi, một tay che ngực tay kia đưa ví lên đầu che.

Ông Vinh vội đi lại gào lên trong tiếng sấm.

- Cô Lan, cô cho tôi giải thích. Cô nghĩ sai rồi!

Lan không trả lời cũng không thèm nhìn ông, quay lưng đi tất tả về hướng đường Lê Lợi. Một chiếc taxi vọt tới đúng lúc, Lan vẫy lại rồi leo lên.

Về lại sở, ông Vinh đóng cửa văn phòng, dặn thư ký đừng cho ai vào. Bên ngoài vài ngọn đèn đường bắt đầu bật lên. Ông ngồi thừ ra trên ghế đầu óc trắng tinh, mắt nhìn đăm đăm vào khoảng không trước mặt.

Khi chiếc đồng hồ trên tường gõ năm tiếng, ông mệt mỏi đứng lên cầm dù đi ra cửa. Đúng lúc đó điện thoại reo. Ông chạy lại chộp lấy ống nghe chưa kịp nói gì thì đã nghe giọng Lan bên kia đầu giây.

- Ông Chương?

Sau một giây im lặng, ông nói vội vào điện thoại.

- Vâng! Tôi đây, Lan về nhà an toàn chứ? Ướt nhiều không? Tôi xin lỗi Lan!

Trong hơi thở vẫn còn dồn dập, ông nói tiếp không ngập ngừng.

- Tôi muốn gặp lại Lan. Tôi hứa sẽ không hỏi gì về chuyện của Lan nữa.

Giọng bên kia có vẻ cảm động.

- Vâng! Hẹn ông tám giờ cũng chỗ cũ.

. . .

Cô chiêu đãi nhà hàng La Fleuve ngạc nhiên khi thấy ông Vinh đến. Ông ít khi đến ăn tối tại đây, chỉ một vài lần trước kia và luôn đi với vợ. Cô nói với ông Vinh là cái bàn ông thường ngồi ăn trưa đã có người khác, chỉ ở quầy rượu mới còn chỗ.

- Tôi sẽ ăn cơm với một người nữa, cần bàn ngồi tử tế.

- Bà lát nữa đến? Cô chạy bàn hỏi.

Ông Vinh không trả lời. Cô này nhớ lại người đàn bà còn rất trẻ mà lúc chiều ngồi uống rượu với ông xong đột ngột bỏ ra về, cô tế nhị bỏ lửng câu hỏi, chỉ bảo ông Vinh chờ một chốc sẽ có bàn trống. Ông Vinh đi lại quầy rượu mua một ly Du Bonnet, nghĩ sao gọi giật người bartender lại, bảo thay vì đó đem một chai bia.

Điệu nhạc rumba dịu dàng từ trong góc phòng vọng ra. Mỗi tối nhà hàng đều có một ban nhạc sống đánh nhạc để giải trí thực khách. Lệnh cấm khiêu vũ của chính quyền vẫn còn hiệu lực nên sàn nhảy trống không. Ngồi trước quày rượu một lúc, ông Vinh dán mắt lên tấm kính lớn treo sau lưng quày và đối diện với ông thấy được ra cửa ra vào. Hơn mười phút sau ông thấy cửa bật mở, Lan đẩy cửa bước vào nhìn xung quanh. Ông đứng lên đi ra đón. Vài phút sau cô chạy bàn đưa hai người đến một cái bàn nhỏ trong góc khuất sau một cái cây kiểng thật cao. Đi chơi đêm nhưng Lan không phấn son nhiều, chỉ buộc tóc cao lên.

Hai người ăn cơm trong im lặng cho đến khi thức ăn tráng miệng được dọn ra Lan mới lên tiếng.

- Tôi cám ơn ông đã đến đây. Tôi xin lỗi ông lúc ban chiều tôi đã có phản ứng ...quá đáng và vô lý.

- Không, cô Lan. Tôi mới là người phải xin lỗi cô và cám ơn cô đêm tối còn chịu khó đến.

Bất chợt Lan hỏi.

- Ông thường đến đây với bà nhà chứ?

Ông Vinh không muốn dấu.

- Chỉ vài lần ăn tối thôi. Trưa thì tôi đến đây một mình rất thường, mỗi tuần vài lần. Nhà tôi không thích đi ăn ngoài. Bà thích nấu cơm ăn ở nhà hơn.

- Vợ chồng ông hạnh phúc? Con ông chắc đã lớn chứ?

- Vợ chồng nào mà chả có lúc lục đục nhưng nói chung chúng tôi hạnh phúc. Tôi có thằng con trai đã lớn, đang học bên Pháp.

- Bà nhà có nghi ngờ gì không nếu tối nay ông không về ăn cơm với bà? Chắc ông đi ăn tối một mình đã nhiều lần nên bà quen.

Ông Vinh không trả lời.

- Có bao giờ ông đi chơi với một người đàn bà khác?

- Có!

- Ông cặp với họ?

- Không! Họ chỉ là bạn thôi. Tôi biết nghe khó tin nhưng đó là sự thật. Nhà tôi cũng biết và rất cởi mở về chuyện đó. Ngay cả nhà tôi lâu lâu cũng đi ra ngoài với đàn ông vì lý do buôn bán làm ăn.

- Tôi mừng cho ông ... và bà. Như thế là hạnh phúc thật sự, khi mà mình tin tưởng nhau và nhất là không ai phản bội sự tin tưởng của người kia. Thật vậy không ông? Có bao giờ ông phản bội lòng tin của bà nhà không, dù chỉ là một ý nghĩ nhen nhúm?

Lan nhìn ông Vinh chăm chú chờ câu trả lời. Bối rối, ông nhìn xuống bàn tay người đối diện với những ngón thon dài đang mân mê ly rượu. Ông thầm khen hai bàn tay đẹp. Như ngầm hiểu, Lan rút tay lại để dưới gầm bàn.

- Cô có hai bàn tay đẹp lắm!

Ông khen rồi lắc đầu nói tiếp.

- Tôi vẫn không hiểu tại sao một người đàn bà đẹp như cô lại có thể có chuyện tình buồn. Tôi nghĩ đàn bà đẹp lúc nào cũng có nhiều đàn ông quy lụy bên cạnh, không đủ thời giờ để đón nhận tình yêu của họ.

Khuôn mặt Lan chợt có nét buồn. Cô quay mặt nhìn ra ngoài phòng ăn thật rộng. Ông Vinh tinh ý thấy một giọt nước ở đuôi mắt trái Lan.

"Một người đàn bà phức tạp," ông nghĩ.

- Ông tin là nhiều đàn ông quy lụy dưới chân tôi và tôi không có đủ thời giờ để đón nhận tình yêu của họ? Có bao giờ ông nghĩ là tôi đã quy lụy dưới chân một người đàn ông để rồi bị thất vọng tràn trề, bị đau đớn vì một sự phản bội? Tôi đã cho người đó một mối tình trong trắng, hoàn toàn, một mối tình hun đúc trong lòng tôi bao nhiêu năm trời, đâu phải một mối tình bồng bột đến từ một đam mê bất chợt. Tôi đã nuôi mối tình đó trong một thời gian rất dài để có dịp dâng hiến và anh ta đã đón nhận mối tình của tôi. Chúng tôi rất hạnh phúc thuở ban đầu, nhưng càng hạnh phúc những lúc đó bao nhiêu thì sự phản bội sau này càng làm đau đớn bấy nhiêu nhất là sự phản bội đó đã diễn ra trong một thời gian thật lâu, được che dấu bằng những dối trá mà mình đã mê muội tin để rồi chung hậu mới nhận chân ra sự thật là mình đui mù.

- Hình như cô đã nói cho tôi nghe về sự phản bội này một lần rồi thì phải. Trong đa số tình yêu đều có phản bội, đó là chuyện thường tình và làm sao mình biết được sự đau đớn của mình to tát hơn đau đớn của người khác? Ví dụ như nhân vật vợ của Thuận trong câu truyện tôi viết ... xin lỗi tôi nhắc lại nhưng tôi nghĩ đến lúc này nó cũng chả sao ... cô có nghĩ sự đau khổ của cô to lớn hơn của người vợ bị phản bội đó.

- To lớn hơn!

- Được! Có lẽ tôi viết còn kém, không đủ sức diễn tả phơi bày nỗi đau khổ của người đàn bà ấy. Tôi hy vọng cô Lan giúp tôi thấy được cái khác biệt to tát giữa nỗi đau khổ của cô và của người đàn bà đó.

Nụ cười gượng gạo trên môi Lan.

- Tôi không biết ai đau khổ hơn, tôi hay người đàn bà trong truyện của ông. Thôi, sẵn đây ông để tôi kể cho ông nghe câu truyện của tôi xong ông kết luận ai đau khổ hơn.

Nhắp một ngụm rượu vang, Lan cúi mặt nhìn xuống bàn tay mình trên bàn, tay kia mân mê cái nhẫn cưới trên bàn tay trái, giọng đều đều kể.

"Gia đình tôi và gia đình anh ấy là hai láng giềng ngoài Trung, nhà sát cạnh nhau. Tôi lúc nào cũng xem anh ta như một người anh dù anh chỉ lớn hơn tôi hai tuổi và học trên tôi một lớp. Khi tôi mới vào trung học, lúc đó còn bé lắm, tôi còn nhớ ngôi trường rất xa nhà, đi bộ gần nửa giờ đồng hồ. Học xong tiểu học, sắp sửa lên trung học, tôi rất lo khi biết mình sắp phải học trường của những người mà lúc nào tôi cũng xem là người lớn và nhất là cuốc đường xa như thế. Cha mẹ tôi bận làm ăn làm gì có thì giờ đưa tôi đi học. Chị lớn tôi đã vào Sài Gòn học nội trú trường tây. Chị lớn hơn tôi những năm tuổi, đẹp lắm, đẹp hơn tôi nhiều. Trở lại chuyện tôi, cha mẹ tôi đã gởi tôi cho anh ấy việc đưa đón tôi đi học."

Kể đến đây, Lan mỉm cười.

"Tôi còn nhớ dù đã bao năm rồi. Khi mẹ tôi đưa tôi sang nhà anh ấy để nói chuyện với mẹ anh, nhờ mỗi sáng chở tôi đến trường bằng xe đạp rồi chiều trở về, anh mắc cỡ lắc đầu không chịu. Anh bị mẹ mắng nên anh giận và

ghét tôi lắm nhưng không dám cãi. Chắc anh xấu hổ với bạn bè vì phải chở gái đi học.

Ngày tựu trường, tôi chờ anh ngoài cửa nhà từ sáng sớm. Đây là lần đầu tiên tôi được mặc áo dài trắng đi học nên không quen, rất là ngượng nghịu. Tôi chỉ là một đứa con nít sửa soạn đi học cũng như bao đứa trẻ khác cùng tuổi mà sao lúc đó tôi có cảm tưởng ai đi ngang qua cũng đều nhìn mình. Tôi lại càng thấy ngượng hơn, cúi mặt không dám nhìn lên, mắt cứ nhìn đăm đăm xuống đôi guốc mới. Đến lúc anh ấy đem xe đạp ra, tôi cũng không thấy làm anh bực mình la, đi chứ. Tôi mắc cỡ vô cùng, khép nép lên ngồi trên yên sau. Tôi không biết túm cái tà áo dài ra sao để khỏi bị vướng xích xe đạp. Cha tôi đã đi làm nhưng tôi biết mẹ tôi đứng núp sau cửa sổ trong nhà nhìn ra. Thấy tôi lúng túng với tà áo, người chạy ra chỉ tôi cách cầm lên. Suốt quãng đường đến trường, anh không nói với tôi một tiếng. Tội nghiệp cho anh! Có một khúc đường phải lên dốc, anh ấy gò lưng đạp đến chảy mồ hôi ướt cả lưng áo. Cái mùi mồ hôi ngai ngái ấy ban đầu làm tôi khó chịu vô cùng nhưng sau quen dần đi. Hai năm đầu học trung học phải nhờ anh chở, tôi từ từ đâm mến cái mùi mồ hôi ấy. Về sau khi tôi có xe đạp riêng đi một mình, tôi đã nhớ cái lưng đầy mồ hôi của anh và cái mùi lưng quen thuộc.

Rồi như thế, anh chở tôi đi học rồi chở về mỗi ngày. Dần dà anh bắt đầu nói chuyện với tôi. Tôi ban đầu chỉ dám nói vâng dạ, gì hả anh? Sau dạn dần tôi nói nhiều hơn. Anh không còn ghét tôi nữa nhưng gần đến trường thì anh bắt tôi xuống đi bộ quãng còn lại. Có lẽ anh sợ bị bạn thấy chở tôi thì xấu hổ. Đến giờ trưa đi về, anh bắt tôi đứng chờ sau cái cây me thật to thật lâu rồi anh mới thò mặt ra. Anh chờ lâu như thế để cho lũ bạn anh về hết đã mới ra gặp tôi. Tôi cám ơn thầm trong bụng vì chính mình cũng không muốn bạn thấy mình ngồi trên yên xe con trai."

- Bây giờ nghĩ lại thấy mình đúng là trẻ con quá hả ông Vinh?

- Không! Tôi thấy cái đó dễ thương và nên thơ lắm.

Thêm một ngụm rượu, Lan kể tiếp.

"Tôi còn nhớ một lần ăn cơm trưa xong anh lại chở tôi đi học. Lúc đạp xe ngang qua chợ, anh thấy có ông già chiếu xi-nê trên xe đạp của ông ta, một lũ trẻ con đang bu lại xem. Anh ấy đòi lại xem, tôi không chịu vì sợ đến lớp trễ. Anh nhất định đòi coi cho bằng được vì trong túi có mấy chục xu. Anh bắt tôi đứng giữ xe để anh coi xi-nê. Chiều hôm đó chúng tôi đến trường trễ bị nhà trường đưa giấy về nhà mách. Hai anh em bị lôi ra mắng cho một trận, anh ấy còn bị một trận đòn nát đít. Hình như đó là năm đệ lục, nghĩa là chúng tôi đi chung đã được gần hai năm.

Ngày hôm sau trên đường đi học, anh bất chợt ngừng xe lại bên đường. Tôi hoảng lên, nếu tới trường trễ một lần nữa thì khó sống với cha mẹ dù không phải lỗi mình. Anh xuống xe chạy đến một cái cây đại bên đường rồi hái một cái hoa nở thật đẹp. Anh đem lại đưa cho tôi nói tặng để xin lỗi vì anh mà tôi bị quở. Tôi ngượng vô cùng nhưng vẫn nhận lấy. Khi anh đưa cái bông đại cho tôi, tay hai đứa tình cờ đụng nhau, tôi rụt lại như chạm phải điện nhưng trong lòng đã cảm thấy có gì khác lạ. Cảm giác yêu lần đầu trong đời. Ông biết không, tôi đã giữ cái hoa ấy cho đến ngày hôm nay. Cái hoa đó vẫn còn ép trong quyển sách truyện anh mua cho tôi. Cả hai kỷ vật đó tôi không hiểu vì sao bây giờ vẫn còn giữ dù mỗi lần nhìn lại chúng tôi nhớ lại những ngày tháng hạnh phúc khi xưa và nỗi đau đớn ngày hôm nay."

- Những kỷ vật đó đem lại cho cô nhiều đau buồn hơn là niềm vui sao cô còn giữ? Ngày nào cô còn giữ chúng, dù tôi đã chấm dứt câu truyện tôi viết, làm sao cô quên được?

Lan thở dài.

- Tôi nghĩ tôi đến quẫn mất. Ông nói đúng. Tôi không còn giải thích được cho những gì tôi làm. Hình như tất cả những gì tôi làm tôi suy nghĩ đều phi lý, đều vô nghĩa cả. Có lẽ tôi còn giữ những thứ đó vì không quăng đi được, quăng chúng đi tức là ném đi những kỷ niệm đẹp mà tôi còn bấu víu. Bỏ thương vương tội! Ông hiểu không? Tôi bấu víu lấy những kỷ niệm một cách vô vọng. Kỷ vật chỉ là những thứ vật chất vô tri vô giác nhắc nhở ta về những kỷ niệm của một thời nào. Một khi kỷ niệm phai mờ thì kỷ vật không còn nghĩa lý gì.

Kể tiếp.

"Từ ngày anh ấy tặng tôi bông hoa đại, tôi không còn thấy tự nhiên mỗi lần lại gần anh. Anh ấy cũng không còn tự nhiên mỗi lần như thế. Tôi biết anh đã có ý thích tôi nhưng chưa dám nói ra. Cha mẹ hai bên thì xem chúng tôi như hai anh em, không bao giờ nghĩ là chúng tôi đã cảm nhau. Từ ngày đó mỗi lần ngồi sau lưng anh chở trên chiếc xe đạp, tôi thẹn nhưng trong lòng sao thấy thật vui. Bây giờ nhiều đêm tôi cố sống lại cái cảm giác bồi hồi ấy nhưng không được nữa, làm như một phần tâm hồn mình đã chết đi hay đã thành chai đá. Ông giờ chắc

hiểu tại sao tôi nói mình bấu víu những kỷ niệm xưa một cách vô vọng. Khi tôi lên đệ ngũ, cha mẹ mua cho tôi một chiếc xe đạp mới. Được xe mới nhưng tôi buồn vì không còn được ngồi sau lưng anh đi học. Làm sao quên được những giây phút thần tiên đó nhất là có khi anh bóp thắng gấp làm tôi ngã lên người anh. Trời ơi! Cảm giác đẹp vô ngần.

Mỗi ngày hai đứa đạp xe bên cạnh nhau đi học. Tôi không còn được ngồi sau lưng anh nhưng đạp xe bên nhau, tôi có thể nhìn anh và anh có thể nhìn tôi. Chúng tôi ít khi nói chuyện nhưng qua ánh mắt và nụ cười, tôi và anh đã nói lên được tất cả những cảm nghĩ của mình cho nhau. Không như những cặp tình nhân khác, hai đứa không có hẹn hò lén lút để tâm sự. Hai nhà cạnh nhau, tôi và anh gặp nhau mỗi ngày.

Lên lớp đệ tam, tôi học ban văn chương còn anh ấy học ban toán. Anh thường sang nhà tôi để chỉ tôi mấy bài đại số, hình học và nhờ tôi giúp anh viết luận và bình thơ. Tôi không biết anh có cố tình không nhưng những bài thơ anh nhờ tôi giải luôn luôn là những bài về tình yêu. Tôi nghĩ anh ngụ ý bảo tôi là đã yêu tôi. Tôi còn nhớ có lần anh nhờ tôi giảng một bài thơ của Hồ Xuân Hương rất bậy. Tôi xấu hổ mặt đỏ bừng bừng. Anh vội lấy lại sách cất đi rồi xin lỗi tôi. Có những ngày mẹ tôi bảo tôi nấu cơm cho anh ăn và tôi đã nấu những món ăn ngon nhất cho anh. Tôi có cảm tưởng mình đã là vợ lo lắng miếng ăn cho chồng. Còn gì sung sướng bằng được ngồi ăn bên cạnh anh, gắp thức ăn vào bát anh.

Chúng tôi sống trong tình yêu học trò trong trắng như thế không được lâu. Khi anh ấy học hết trung học và tôi mới lên đệ nhất, gia đình anh gởi anh sang Pháp học kỹ sư. Chị tôi thì đã đi Pháp được mấy năm để học văn chương nghệ thuật. Cha tôi xuất thân từ một gia đình quan lại với một truyền thống thủ cựu nhưng người có một đầu óc rất cấp tiến, ảnh hưởng của tây học. Nhà không có con trai nên cha tôi đặt kỳ vọng rất nhiều vào hai chị em tôi và sẵn sàng bỏ tiền ra để cho chúng tôi học đến nơi đến chốn.

Ngày cuối tôi và anh ấy gặp nhau trước khi anh vào Sài Gòn lên máy bay rời nước, anh đã mời tôi đi xem xi-nê. Trong bóng tối, anh đã hôn tôi lần đầu, anh đã nói thầm vào tai tôi là anh yêu tôi, muốn tôi làm vợ anh ngày anh trở về. Tôi đã khóc. Tôi khóc vì vui mà cũng vì buồn, vui là anh đã nói yêu tôi, buồn vì sắp xa anh thật lâu. Ngày hôm sau anh ra phi trường từ sáng sớm. Tôi dạy trễ nên không kịp ra tiễn chân. Mẹ tôi nói anh đã đứng trước nhà nhìn lên cửa sổ phòng ngủ tôi một lúc trước khi đi. Lúc đó tôi biết là mẹ tôi đã biết chúng tôi yêu nhau. Tôi lại khóc nữa, mẹ tôi dỗ tôi và hỏi có phải tôi đã yêu anh ấy. Tôi đành thú thật với người.

Rồi anh đi bằng mấy năm trời, lâu hơn là lời hứa của anh. Những lá thơ anh viết cho tôi rồi cũng thưa đi dần dù tôi viết cho anh mỗi tuần. Lần đầu tiên trong đời tôi biết thế nào là nhớ nhung, là tương tư và dằn vặt. Những lúc chờ lâu mà không được thơ, tôi muốn chạy sang nhà cha mẹ anh hỏi thăm tin nhưng không dám. Mẹ tôi đoán được ý định ấy nên tìm cách hỏi giùm tôi. Về sau tôi được biết cha mẹ anh ấy buồn vì anh đã bỏ học kỹ sư mà đổi sang văn chương. Ngược lại tôi thì rất vui trong lòng vì tôi chuộng văn chương. Và lại, Pháp là kinh đô của văn chương nghệ thuật. Được học văn chương ở đó thì còn gì bằng! Tôi lúc đó đã vào đại học văn khoa Huế. Tôi đã được học về những đại văn hào Việt Nam và ngoại quốc, được đọc những tác phẩm của họ. Tôi mơ tưởng ngày anh trở về, anh sẽ kể lại cho tôi nghe về kinh đô của văn chương nghệ thuật mà anh đã có phúc được sống được chiêm ngưỡng, kể cho tôi nghe về những gì anh học được bên đó và tôi đã viết cho anh để nói cho anh biết ước mơ của tôi. Ngày tôi nhận được thư hồi âm của anh, tôi mừng rỡ vô cùng. Anh nói anh sắp về nước vì vừa học xong bằng cử nhân văn chương pháp. Anh còn hứa khi về sẽ sang xin phép cha mẹ tôi cho anh cưới tôi làm vợ. Ông có thể tưởng tượng được nỗi sung sướng của tôi khi đọc lá thơ đó."

- Rồi anh ta về nước?

- Đúng! Anh về nước và chúng tôi đã thành vợ chồng.

- Sự phản bội của chồng Lan khởi sự bao lâu sau?

Người đàn bà ngồi đối diện tay vẫn còn mân mê ly rượu, quay mặt nhìn ra bên ngoài. Đêm thứ sáu phố xá tấp nập người đi dạo đầy đường. Có những cặp tình nhân đi cạnh nhau, rồi những gia đình vợ chồng đi sau lũ con tung tăng chạy trước, ngừng lại trước những cửa tiệm bật đèn sáng chưng chúi mũi vào những kệ kính bày hàng hóa, chỉ chỏ cười nói thật vui vẻ.

- Người ta hạnh phúc quá nhỉ! Lan nói khẽ xong kể tiếp.

"Chị tôi về nước trước khi tôi lấy chồng vừa kịp ngày để dự đám cưới. Cha mẹ tôi rất là vui mừng có được một người con rể xuất thân từ một gia đình danh giá tử tế,

nhất là hai bên rất thân với nhau từ lâu. Đám cưới hai đứa tôi rất to, hàng trăm người đến dự. Cha tôi hãnh diện giới thiệu với mọi người đứa con rể tốt nghiệp bên tây về. Ở bên đó mấy năm, anh trắng ra, trông đẹp trai hơn và trí thức hơn. Cha tôi cũng không quên khoe đứa con gái lớn cũng học bên Pháp về. Mọi người trầm trồ khen chị đẹp như tây, nhiều gia đình có con trai lớn ngấp nghé hỏi thăm chị về chuyện hôn nhân nhưng chị chỉ cười nói chưa muốn lập gia đình.

Trong bữa tiệc, có lúc cha tôi dẫn chồng tôi và chị tôi đi gặp khách trong khi để tôi ngồi một mình. Nhìn người chồng mới của tôi và chị tôi đi bên nhau, tôi chợt buồn khi nhận xét họ xứng đôi với nhau hơn dù chị tôi lớn hơn anh ấy bốn tuổi. Họ trông hợp với nhau hơn từ hình dáng cho đến điệu bộ và cách ăn nói. Hai người chắc đã hấp thụ lối cư xử tây phương nên có những cử chỉ rất thân mật. Tôi thấy có khi chị tự nhiên đặt tay lên vai anh ấy hay ngay cả khoác tay anh ấy dẫn đi. Anh không rút tay về hay có một phản kháng gì. Họ sao như đã gần gũi với nhau từ lâu hơn cả quan hệ chị vợ em rể. Trong lòng tôi tự nhiên dấy lên một nỗi lo, nhen nhúm một cơn ghen. Nhưng nỗi lo và cơn ghen đó đã được người chồng mới của tôi xoá đi trong đêm hợp cẩn. Anh đã yêu tôi nồng nàn và tôi đã yêu lại với tất cả lòng đam mê của tôi.

Ăn ở với nhau hơn một năm nhưng chúng tôi không có con vì chưa muốn. Là vợ chồng mới cưới, hai đứa muốn tận hưởng những giây phút hạnh phúc bên nhau trước đã. Chồng tôi được vào dậy pháp văn trong trường đại học Huế trong khi tôi đi dạy việt văn cho trường trung học mình đã theo học trước kia. Chị tôi bỏ vào Sài Gòn, nói là muốn tự lập nên sự nghiệp trong đó với một số tiền nhỏ chị dành dụm được bằng cách đi làm khi còn học bên Pháp. Mẹ tôi lúc đầu không cho chị đi, người muốn chị cưới chồng yên bề gia thế nhưng chị bướng không nghe lời. Cha tôi thì rất thương chị, chiều con để chị đi. Từ đó gia đình tôi ít được tin gì về chị. Đến Tết chị về thăm nhà mấy ngày. Chị trông khác đi rất nhiều. Chị vẫn còn đẹp nhưng cái đẹp con gái thời nào đã được thay thế bằng cái đẹp của một người đàn bà từng trải lăn lộn với đời. Chị khoe riêng với tôi chị quen với nhiều người dưới Sài Gòn và họ đã giúp cho chị thành công. Tôi không hiểu ý chị nói quen là quen đến mức nào và họ đã giúp chị ra sao nhưng điều đó không hệ trọng, chị sống vui sướng thoải mái và tự do là được. Tôi hỏi chị khi nào thì lấy chồng. Chị nói chỉ lấy khi tìm được người ưng ý. Tôi hỏi người thế nào thì là ưng ý, chị chỉ cười không nói. Tôi hỏi chị làm gì để sống thì chị nói chị vừa đi dạy vừa vẽ tranh. Khi còn theo học văn chương bên Pháp, chị đã học thêm hội họa. Chị còn khoe tranh chị bán rất khá và bắt đầu có tên tuổi trong lãnh vực nghệ thuật. Mỗi lần chị về thăm nhà thì chồng tôi vui hẳn lên thấy rõ. Hai người thường thức rất khuya nói chuyện, nhắc lại với nhau kỷ niệm của những ngày còn học bên Pháp, những buổi tối mùa đông tuyết phủ kín đường, những buổi trưa hè nóng bức chèo thuyền trên giòng sông Seine. Họ nói chuyện rất là tâm đầu ý hiệp. Rồi chồng tôi đem chai rượu con mèo ra để cả ba cùng uống. Qua Tết chị lại đi. Mẹ tôi than thở là đã mất con.

Hai năm sau, tôi ngỏ ý với chồng tôi muốn có con. Tôi đã hai mươi lăm tuổi, còn chờ gì nữa. Đó là tuổi lý tưởng để có con, mình còn trẻ còn khoẻ, đẻ dễ nuôi tốt. Anh ấy lúc đầu lưỡng lự sau cương quyết không chịu. Tôi có ngờ đâu anh cương quyết không muốn có con là vì anh không muốn có con ... với tôi, anh đã thấy trước tan vỡ, nếu có con chỉ khổ cho nó. Tôi rất buồn. Con cái là gạch nối giữa hai vợ chồng. Không con, tôi thấy có một khoảng trống to lớn giữa tôi và anh. Gia đình hai bên cũng mong đợi có cháu nhưng họ cũng như tôi làm gì biết được nguyên nhân sâu xa chồng tôi không muốn có con.

Đến giờ tôi vẫn còn nhớ ngày tôi tìm ra được sự thật. Trời ơi! Ở đời có bao giờ khi một sự thật được tìm ra thì đem lại hạnh phúc cho con người? Sự thật chỉ là một mỹ từ cho khủng khiếp, đau khổ. Mùa hè năm ấy, một người bạn dạy học cùng quê dưới Sài Gòn về nghỉ hè thổ lộ với tôi cô ta đã thấy chồng tôi và chị tôi đi với nhau dưới đó. Chồng tôi có đi Sài Gòn vài lần nói là vì công vụ. Tôi có ngờ đâu chồng tôi đi hẹn hò với chị tôi. Ban đầu tôi không tin. Làm sao tin được hả ông? Làm sao tin được là hai người mà tôi thương yêu nhất đời, tin cẩn nhất lại phản tôi làm trò tồi bại, nhưng người bạn bảo cô ta đã thấy hai người đi với nhau nhiều lần và đã ôm nhau hôn nhau như tình nhân. Tôi có cảm tưởng như trời xập, như cả vũ trụ bị nổ tung. Tôi vẫn không tin, không, không muốn tin thì đúng hơn. Sau cùng người bạn tôi đề nghị tôi đi bắt đôi "gian phu dâm phụ" tại trận. Bốn chữ đó từ cửa miệng cô bạn tôi như một lưỡi dao đâm vào tim. Chồng tôi và chị tôi là "gian phu dâm phụ"? Thật ngoài trí tưởng tượng!

Và tôi đã đi Sài Gòn một ngày sau khi anh ấy đi trước, vẫn với lý do công vụ cho trường. Tôi ở tạm nhà cô bạn và nhờ cô ta giúp tôi ra tay."

Những giọt nước mắt từ mắt Lan lăn dài trên má rồi

rơi xuống bàn. Ông Vinh lên tiếng.

- Thôi mình về đi cô Lan. Đã khuya rồi! Truyện ra sao tôi đã đoán được, cô không cần kể hết cho tôi.

- Tôi phải kể chứ vì ngoài ông ra tôi chưa kể cho ai, ngay cả cha mẹ tôi. Tôi phải kể để cất đi cái khối nặng đè trên ngực tôi đã lâu.

"Tôi theo người bạn đi đến chỗ họ hẹn hò, một tiệm nhảy lậu. Tôi đau đớn nhìn chồng tôi và chị tôi đam mê dìu nhau dưới ánh đèn mờ trong tiếng nhạc du dương, tay trong tay má kề má. Mỗi bước họ đưa trên sàn như một cái đạp lên mặt tôi. Nhìn chiếc lưng đẫm mồ hôi của anh ấy, tôi nhớ lại ngày nào mình ngồi trên chiếc xe đạp cũng sau cái lưng đẫm mồ hôi ấy để anh chở đến trường, mối tình học trò đầu tiên trong đời. Tôi bỏ ra về, lòng nát tan.

Sáng hôm sau tôi ra phi trường về ngay. Về đến nhà, tôi lục tủ và tìm thấy những lá thơ chị tôi gởi cho anh sau ngày anh về nước trước khi chị về. Đến lúc đó tôi mới biết hai người đã yêu nhau tự bên Pháp. Cuộc sống cô đơn tha hương đã đem hai người lại với nhau rồi họ tìm hiểu nhau và sau cùng yêu nhau. Hình như khi còn bên đó anh đã có ý định bỏ tôi để lấy chị nhưng chị đã khuyên anh đừng làm thế. Chị nói chị không muốn có gia đình vì thích sống một mình, sống một cuộc sống tự do bay nhảy không ràng buộc. Anh phải lấy tôi để tôi khỏi buồn. Chị tôi tử tế quá, đã lo cho hạnh phúc của tôi nhưng khốn nạn thay đã không lo tận tình vì hứa sẽ còn gặp anh ấy sau này. Họ đã lừa dối tôi một cách tàn nhẫn như loại người táng tận lương tâm. Lòng tôi tan nát, đầu óc tôi hoang mang. Tôi như điên lên, không biết phải làm gì với hai người. Tôi không dám kể cho cha mẹ tôi và cha mẹ chồng được vì không chịu đựng được sự bẽ bàng và xấu hổ của họ.

Khi chồng tôi về, tôi đã khóc lóc nói với anh là tôi biết hết mối tình vụng trộm đó. Anh đứng như trời trồng nghe tôi nói. Sự im lặng của anh là lời thú tội. Sau cùng anh nói anh vẫn còn yêu tôi, anh yêu cả chị tôi nữa. Anh xin lỗi tôi anh đã san xẻ với người khác nhưng anh không thể dứt được, không thể dứt với tôi, không thể dứt với chị tôi. Làm sao tôi chấp nhận cho chồng tôi san xẻ tâm hồn và thể xác với một người đàn bà khác, nhất là người ấy lại là ruột thịt với mình. Bị lương tâm cắn rứt, anh đã tình nguyện đăng lính và sau đó đã bị mất tích ngoài mặt trận. Về sau có người cùng đơn vị với anh nói chính mắt đã thấy anh bị trúng đạn chết. Chị tôi được tin bỏ Sài Gòn đi biệt tích. Từ đó gia đình không còn tin tức gì của chị. Tôi dù căm giận người chị lấy chồng tôi và đã làm tôi mất chồng nhưng dù sao vẫn còn tình nghĩa ruột thịt mà vào đây tìm chị để cha mẹ được yên lòng."

Lan ngừng kể. Một bầu không khí im lặng nặng nề bao trùm hai người mà những tiếng cười nói xung quanh như không đi xuyên qua được. Cả phòng ăn chợt trông giống như một phim câm mà các diễn viên mấp máy môi nhưng tuyệt nhiên không phát ra tiếng.

- Để tôi đưa cô về, ông Vinh vừa nói vừa kêu cô chiêu đãi lại tính tiền.

Lan uể oải đứng lên. Bên ngoài nhiều cửa tiệm đã đóng cửa tắt đèn. Đường xá có chỗ chìm trong bóng tối. Những người đi dạo phố cũng đã thưa dần. Đâu đó vài đứa trẻ đánh giày ngồi túm tụm đánh bài cào cãi nhau inh ỏi. Trên suốt quãng đường ông Vinh đưa Lan về, hai người chìm trong im lặng. Lan dựa đầu vào cửa xe, mắt nhắm lại như thiếp đi. Gió lùa vào trong xe từ cửa kính phía sau quay xuống thổi tóc bay Lan lên, vài lọn rớt xuống trước trán.

"Giống Nguyện quá!", ông Vinh nghĩ khi nhìn trộm sang bên cạnh.

Đến nhà cô bạn, lúc Lan dợm bước xuống xe thì ông Vinh chợt hỏi.

- Bà chị họa sĩ của cô Lan tên gì?

- Thu Hương, Lan trả lời cộc lốc rồi lẳng lặng xuống xe đi vào nhà.

Khi ông về nhà thì vợ đã ngủ, ông thay quần áo rồi nằm xuống giường, quàng tay sang ôm vợ rồi hôn lên tóc bà. Trước khi thiếp đi, ông nghe mình lẩm bẩm, Thu Hương, phải trở lại đỉnh Gió Hú!

~§~

11

Quang rùng mình trong ngọn gió lạnh lùa vào từ cửa sổ phòng vẽ. Nguyện bật cười nói.

- Lính tráng gì mà chịu lạnh không được. Thôi mình nghỉ một lúc đi!

Nghe vậy Quang bước vội lại cái ghế đẩu gần đó chụp lấy áo khoác lên người. Nguyện chiêm ngưỡng tấm thân trần truồng đầy bắp thịt ấy đã đứng làm mẫu trong cả giờ đồng hồ qua. Đã lâu không vẽ người mẫu khỏa thân, Nguyện đã lúng túng khi bắt đầu vẽ. Rồi thân hình lực lưỡng rắn chắc của Quang đã làm Nguyện bị phân tâm không ít. Vẽ người mẫu khỏa thân trước kia là sở trường nhưng từ ngày lên trên đây Nguyện đã đổi sang vẽ ngoại cảnh vì xúc động trước cái đẹp nên thơ của rừng núi.

Nguyện đem cọ lại bồn rửa, rảy cho ráo nước rồi lau vào chiếc khăn trắng cho khô. Mặc xong quần áo, Quang đi lại trước bức tranh ngắm lên tiếng khen.

- Chị vẽ đẹp lắm và giống lắm.

- Quan trọng không phải là vẽ giống, Nguyện nói trong khi tay xắp mấy cái cọ ngay ngắn trên bàn làm việc.

- Vậy sao? Quang ngạc nhiên, mình thì cứ tưởng vẽ giống mới là hay. Tranh thì thích xem lắm nhưng không biết gì về triết lý của hội họa. Vậy thì cái gì là quan trọng trong bức tranh?

- Làm sao nói lên được cảm nghĩ, không, cảm giác mới đúng, của người vẽ. Cũng một cảnh đó nhưng người vẽ khác sẽ vẽ lên khác nhau. Không những thế, nó còn tùy vào nhiều yếu tố nội tâm lẫn ngoại lai nữa. Tất cả những yếu tố này ảnh hưởng lên tâm trạng của người vẽ, đi lên tay người vẽ và đưa cái cọ đi trên mặt vải khác nhau. Rồi cách pha màu cũng phản ảnh tâm trạng của người vẽ, lúc đó lòng mình đang u buồn hay vui, lắm thất vọng hay đầy hy vọng, đang yêu đời hay chán đời, vân vân ...

- Nếu nói thế thì căn cứ vào bức tranh này thì tâm trạng chị đang vui, đúng không? Mà tại sao chị đang vui? Có tin gì cho Quang biết với!

Nguyện cười lên.

- Quang nhìn sao mà đoán chị vui? Chị có vẽ miệng Quang cười toác ngoác đâu. Mà thôi, mình đi dạo một lúc đi. Trời lạnh nhưng đẹp.

Hai người đi theo con đường đất xuyên cánh rừng con qua ngọn đồi bên kia. Vào đến trong, Nguyện chỉ cho Quang ngọn suối chảy róc rách, những tảng đá, những gốc cây, những bụi hoa rừng, tất cả mà Nguyện đã quen thuộc và mỗi cái đều có một câu chuyện riêng xong kể cho Quang nghe về những ngày tháng khi mới lên đây, những chuỗi ngày cô đơn lòng u ám với những kỷ niệm buồn, lên trên này để chạy trốn một thực tại đau lòng vẫn còn ám ảnh đến ngày nay. Rồi Nguyện bầu bạn với cây cỏ thiên nhiên, tập nói chuyện với chúng, tập nghe chúng tâm sự. Quang say sưa nghe, thỉnh thoảng đưa mắt nhìn với vẻ thán phục. Cái nhìn ấy làm Nguyện lấy làm cảm động.

"Bộ Quang không nghĩ là mình điên sao?"

- Quang không thấy chị điên?

- Tại sao là điên? Quang thấy chị hay. Khi tâm hồn mình chưa tịnh, mình không thể cảm được cái đẹp của thiên nhiên. Hiểu được cái đẹp đó đòi hỏi một ... một ...

Không tìm được chữ để nói Quang im vừa lúc Nguyện cắt ngang.

- Chị sợ Quang lầm. Vì tâm hồn chị chưa tịnh và có lẽ không bao giờ tịnh được chị mới nói chuyện với cây cỏ và từ đó thấy được cái đẹp của thiên nhiên. Tất cả chỉ vì chị không tìm được một lối thoát tinh thần và chị đã cố tìm ra lối thoát đó trong cái đẹp của thiên nhiên.

- Chị tìm được nó chưa?

- Chưa nên tâm hồn mình vẫn chưa tịnh.

Vừa nói chuyện vừa đi, hai người đã đến bìa rừng bên kia. Nóc ngói đỏ của căn nhà nhỏ trên đỉnh Gió Hú nhô lên sau mấy đỉnh cây thông. Nguyện ra dấu cho Quang đi tới.

- Ai ở đây thế? Quang hỏi.

- Nhà bỏ trống, không có ai. Nhà này của một người viết văn dưới Sài Gòn, ông ta và bà vợ mua để lên nghỉ hè. Bút hiệu của ông là Văn Thế Chương. Quang có bao giờ đọc truyện ông ấy viết?

Quang gãi đầu cố suy nghĩ rồi bật nói.

- Có! Một câu truyện viết về ngoại tình giữa một người đàn ông đã có vợ và tình nhân của ông ta. Đang đọc dở thì lên đây nên chả biết giờ nó ra sao. Nếu chị muốn thì lát nữa về nhà kể lại cho chị nghe.

- Ừ! Lát về nhà kể.

Rồi Nguyện dẫn Quang đi vào cái vườn sau nhà. Thửa vườn trông đỡ hơn lúc trước được phần nào vì những hôm trời đẹp Nguyện đã sang dọn dẹp lại sơ sơ. Ngồi bên chiếc bàn đá nhìn xuống cánh rừng thông trên triền đồi, Quang tấm tức khen vẻ đẹp nên thơ xung quanh.

- Khi tốt nghiệp trường quân y may sao Quang xin được thuyên chuyển về đây nên mới có dịp được hưởng cái đẹp như vầy.

- Ở đây Quang chỉ thấy cái đẹp thiên nhiên thôi sao? Nguyện hỏi xong miệng cười chúm chím.

Câu nói làm Quang đỏ mặt, quay đi chỗ khác nói chữa.

- Có cái đẹp khác nữa chứ nhưng ... không tiện nói.

Nguyện chỉ cười không hỏi tới.

Một ngọn gió thổi đến làm tóc Nguyện rối lên, vài lọn rớt xuống trước trán. Ngọn gió đưa một mùi da thịt thơm đến chỗ Quang làm người trung uý trẻ nghĩ đến cô bạn gái sinh viên dưới Sài Gòn mà đã lâu chưa gặp. Người đàn bà đang ngồi bên cạnh và người sinh viên con gái dưới thủ đô có cùng một mùi thơm quyến rũ làm Quang ngây ngất. Đã đến nhà Nguyện nhiều lần trò chuyện, tâm sự, trao đổi cảm nghĩ với nhau, tình cảm của Quang dành cho người thiếu phụ cô đơn ngày càng nhiều thêm và sâu đậm hơn. Ở người đàn bà này có gì bí ẩn và rất thu hút. Dù biết mình nhỏ hơn cả gần chục tuổi, Quang vẫn sẵn sàng làm người tình với người thiếu phụ đó nếu bà muốn và Quang nghĩ quãng đường đến tim Nguyện đã được thu ngắn, hay ít ra đã tưởng thế khi Nguyện đòi mình làm người mẫu khỏa thân để vẽ.

Hôm Quang đến chơi nhằm ngày trời được ấm, Nguyện đã nhờ người trung uý trẻ đốn mấy khúc cây ở sau vườn để phơi khô làm củi đốt cho mùa lạnh sắp đến. Nhìn Quang cởi phăng cái áo nhà binh rồi chiếc áo thun trên người cũng tuột ra để lộ một thân hình lực lưỡng, Nguyện đã nhớ lại mấy bức tượng khỏa thân và những thân hình bắp thịt cuồn cuộn của những người da đen đứng làm mẫu mà Nguyện một thời đã vẽ khi theo học tại trường École des Beaux Arts ở Paris. Khi được Nguyện hỏi đứng làm người mẫu khỏa thân, Quang bằng lòng ngay không ngần ngừ và khi cởi nốt chiếc quần đùi đã thấy nét bối rối trên mặt Nguyện.

Trời về chiều gió trở lạnh. Nguyện đứng lên siết chiếc áo manteau chặt lại cho ấm rồi đi xuống con đường đất xuyên qua cánh rừng con về lại bên kia. Quang lắng lặng đi theo sau.

. . .

Bẵng một dạo Lan không gọi ông Vinh. Câu chuyện Lan kể tại nhà hàng đêm hôm đó hãy còn nằm y nguyên trong óc ông. Lắm lúc ông nghĩ đùa phải chi mình biết chuyện của Lan trước thì đã viết truyện mình theo ý đó và câu truyện chắc sẽ xúc tích hơn nhưng rồi tự trách cái ý nghĩ vô ý thức đó. Đừng nên đùa dỡn trên sự đau khổ của người khác, ông tự nhủ. Rồi vụ làm ăn bán mớ đồ thặng dư Mỹ cho ngoài Nha Trang gặp khó khăn suýt bị đổ bể gây nhiều lo lắng cho vợ chồng ông cả mấy tuần. Sau cùng cũng xong xuôi, người nào cũng được chia phần tử tế. Được một mớ tiền khá lớn, vợ chồng ông định lên đỉnh Gió Hú nghỉ một tuần nhưng vì xếp chỉ cho nghỉ vài ngày, ông Vinh định đi thứ sáu rồi về ngày thứ hai.

Trên đường đi, trong khi vợ dựa đầu vào thành xe ngủ, ông Vinh nhớ lại câu chuyện của Lan. Ông phải nhìn nhận nỗi đau khổ của Lan thật to tát đến độ chuyện xảy ra đã lâu mà Lan vẫn còn mang nặng nó trong lòng.

"Không biết ngày hai chị em gặp lại nhau thì nhìn nhau thế nào, ăn nói ra sao? Liệu có hàn gắn được không?"

Rời nhà từ sáng sớm nên mới quá trưa xe đã đến nơi. Ông Vinh ngừng xe tại nga ba đường, quan sát những vết bánh xe trên mặt con đường đất. Ông nhận ra những vết bánh của xe ông nhưng còn những vết bánh xe kia thì trông lạ.

"Chắc Nguyện đã sang tìm mình", ông vừa nghĩ vừa cảm thấy háo hức trong lòng.

Leo đồi ông Vinh phải lên ga, tiếng động cơ rú lên làm bà vợ tỉnh giấc.

- Đến rồi à? Bà hỏi xong ngáp một cái thật dài.

- Đến rồi!

Xe vừa ngừng trước cửa nhà, bà Vinh đã vội xuống xe đi lại mở khóa cửa trong khi ông chồng mở cái cốp lấy va li và mấy thứ linh kinh khác khiêng vào trong. Đã cả năm nay bị bỏ trống nên nhà có chút ít mùi mốc. Ông Vinh đặt va-li xuống quan sát căn phòng khách. Đồ vật lúc khi đi để đâu nay vẫn còn nằm đó. Bức tranh vẽ cảnh hoàng hôn trên một ngọn đồi với màu vàng úa của nắng đang chết dần trên nền trời tím đỏ vẫn còn treo trên tường. Ông đi lại gần thổi một hơi mạnh lên góc dưới của bức tranh, một làn bụi mỏng bay tốc lên để lộ lờ mờ tên người họa sĩ. Ông móc túi lấy khăn mu-xoa chùi cho lớp bụi đi hẳn để lộ ra hai chữ TH.

- Thu Hương, ông lầm bầm.

Tiếng vợ ông từ trên lầu vọng xuống nhắc ông đem va-li lên phòng ngủ. Ông khệ nệ lôi chúng lên cầu thang rồi bảo bà ông phải xem lại nóc nhà coi còn tốt không xong đi xuống lầu khiêng cái thang ra vườn sau chuẩn bị leo lên nóc nhà. Nhìn thửa vườn, ông lấy làm lạ nhà không có ai ở cả năm trời mà vườn tược trông tươm tất, chỉ vài chỗ có cỏ dại mọc cao. Cái thắc mắc đó và lòng háo hức thấy Nguyện làm ông vội leo lên thang suýt bước hụt hỗng chân. Lên đến trên nóc, ông đi một vòng quan sát yên bụng thấy mái nhà không sao rồi đi lại dựa lưng lên ống khói nhìn sang ngọn đồi bên kia. Lúc đó ông mới nhớ vì vội leo lên đây mà ông quên cầm theo cái ống nhòm. Ông mở mắt thật to cố nhìn qua nhà Nguyện xem bà có ra ngoài không. Ông thấy Nguyện trên người khoác áo choàng đang đi dạo đằng sau vườn. Một nỗi vui dâng lên trong lòng ông được vài giây chợt tắt ngúm khi ông thấy một người đàn ông từ nhà trong bước ra đi lại gần Nguyện. Hai người đứng sát nhau trò chuyện có vẻ thân mật rồi ông thấy Nguyện vòng tay qua tay người đàn ông đó lôi lại cái ghế băng dưới gốc cây thông ngồi xuống đó.

"Chả lẽ Nguyện đã trở lại với tên bán địa ốc?" ông Vinh thắc mắc, "nếu mình ở đây lâu chưa chắc việc đó xảy ra!"

Ông chán nản leo xuống thang.

. . .

Bà Vinh đưa cho chồng tờ giấy ghi những thứ phải mua xong dặn thêm một lần nữa nếu gặp Trọng thì mời hắn về nhà dùng cơm. Ông chiều vợ ừ hử trong họng nhưng trong bụng đã định sẽ giả vờ quên nếu gặp hắn dưới phố quận.

Xe xuống đến ngã ba dưới chân đồi, ông dừng xe rồi phân vân không biết mình có nên chạy lên gặp người đàn bà láng giềng không. Ông nghĩ Nguyện sẽ vui khi gặp lại mình nhưng hình ảnh hai người trên ngọn đồi bên kia quàng tay nhau mà ông chứng kiến từ trên nóc nhà làm lung lay cái đoan chắc đó. Ông nhún vai rồi đạp ga cho xe đi thẳng ra phố.

Mua xong mấy thứ vợ dặn, ông Vinh đi bộ lại cái quán nước bên hông chợ gọi một ly cà phê sữa. Đang ngồi nhâm nhi, ông thấy một chiếc xe hơi quen thuộc đi ngang qua. Người đàn ông cầm tay lái thấy ông, hắn vội tấp xe vào lề mở cửa bước xuống.

"Mình thật là xui, đang muốn tránh hắn thì lù lù dẫn xác đến," ông Vinh rủa thầm khi thấy Trọng đi lại miệng cười toe toét.

- Chào ông Vinh, đã lâu lắm không gặp ông.

Ông hy vọng nụ cười miễn cưỡng trên mặt mình sẽ làm tên Trọng nản ý không ở lại lâu nhưng gã địa ốc tự nhiên kéo ghế ngồi rồi gọi một ly nước.

- Dễ gần một năm nhỉ, ông trốn biệt.

Một bên mép ông kéo xệch xuống cho nụ cười miễn cưỡng có thêm vẻ bực mình. Ông đáp cộc lốc.

- Bận!

Trọng gật gù ra chiều thông cảm. Thằng bé chạy bàn đem ly đá chanh đến đặt xuống bàn. Trọng cầm thìa quậy đường nói, cho thêm tí cognac vào sẽ thơm lắm, xong quay sang hỏi.

- Ông lên kỳ này định ở lâu không?

Câu trả lời lừng khừng.

- Chưa biết được.

- Nhưng ít ra cũng qua tuần chứ. Sẵn chiều mai có buổi họp mặt nhà bác sĩ Thăng, ông còn nhớ bác sĩ Thăng chứ? Ông ghé lại chơi đi, họ cứ nhắc về ông mãi.

- Để tôi xem lại đã, nhà có một vài chỗ cần sửa, không chắc tôi có thì giờ đi đâu.

Nói thế nhưng ông định bụng sẽ ghé lại để được gặp lại Nguyện. Ông hỏi mớm.

- Trên này có gì lạ không? Những người ở đây có ai mới đến?

Trọng nâng ly uống một ngụm lớn, khà lên một tiếng xong đáp.

- Thì cũng mấy cái mặt đó, chưa ai chết cả nhưng có một ma mới, một trung úy quân y biệt phái về đây chỉ huy cái chẩn y viện quận, tên này thân với bà Nguyện lắm.

Hắn uống thêm một ngụm nữa, nói tiếp giọng có vẻ buông trôi bỏ cuộc.

- Hai người rất thích nhau. Hắn nhỏ tuổi hơn Nguyện

nhưng bà ấy có vẻ thích hắn lắm. Tên này lại nhà thăm "chị hai" rất thường. Chắc chỉ thích đóng vai chị hai người ta thôi, làm chị hai tôi không được nên đá tôi.

À, thì ra cái bóng người đàn ông mà mình thấy lúc nãy là tên trung úy quân y chứ không phải Trọng. Ác cảm cho Trọng tan đi trong đầu ông Vinh. Ông hỏi giọng lơ đãng giả vờ như không chú ý gì về đời tư của Nguyện.

- Thế sao?

Trọng thở dài.

- Ừ! Bà Nguyện này là một con người khó hiểu. Trước khi quen tôi, bà ấy cũng đã cặp với một người nhỏ tuổi hơn mình dưới Sài Gòn rồi sau đó có chuyện xảy ra làm hai người bỏ nhau rồi bà mới lên đây.

- Người tình trẻ trước của bà cũng bị bà đá tàn nhẫn như bà đá cậu vậy?

Trọng lắc đầu.

- Tôi không rõ chuyện đó, hỏi nhưng không cậy miệng được y thị. Bà ta chỉ nói chuyện không thành vì lý do gia đình rồi hai người tự xa nhau rồi sau đó người tình chết trận hay mất tích gì đó, thế là bà buồn quá bỏ đi hoang. Vậy thôi! Tôi hỏi thêm nhưng Nguyện giận tôi nói tôi tọc mạch như đàn bà.

Những chi tiết câu chuyện đời tình cảm của Lan nằm trong tiềm thức ông Vinh mấy tuần nay giờ lóe lên. Thật vậy không? Có thật là Nguyện và Lan là chị em hay chuyện đời của họ có những trùng hợp ngẫu nhiên kỳ thú, trùng hợp đến độ ăn khớp rất chính xác với nhau. Từ tuổi tác của hai người cho đến của người tình, chị của Lan là họa sĩ cũng như Nguyện, rồi Nguyện bỏ nhà đi hoang cũng như chị của Lan mà Lan đang đi tìm. Mấu chốt tìm ra sự thật của bí ẩn này giờ nằm trong tay ông. Ông lắc đầu như muốn xua đuổi ý tưởng Nguyện và Lan là hai chị em. Giả sử đó là sự thật thì ông sẽ làm gì với sự thật đó? Chuyện đời tư của họ có liên quan gì đến ông? Nhưng ông quyết định gặp Nguyện. Ông gọi thằng nhỏ chạy bàn đến trả tiền xong đứng lên chào Trọng nói phải đi. Được mấy bước, ông quay lại nói.

- Cậu rảnh tối nay ghé nhà tôi dùng cơm. Bà nhà tôi muốn đãi cậu một bữa.

Trọng nói ừ sẽ đến.

Trước ngã ba đường dưới chân đồi, ông Vinh ngừng xe. Ông tự nhiên đâm ngại, ông ngại lên trên đó gặp người tình mới của Nguyện.

"Mình chỉ muốn gặp Nguyện thôi nhưng không vào hang cọp sao bắt được cọp," ông nghĩ thế rồi chắc lưỡi, đạp chân ga tay bẻ quặt tay lái về bên trái.

Căn nhà từ từ hiện ra. Trong sân trước nhà chỉ có cái xe Renault cũ. Ông Vinh cảm thấy nhẹ nhõm trong lòng. Vừa bước xuống xe ông đã thấy Nguyện đứng trước cửa nhà. Vẫn người đàn bà hàng xóm năm nào trên vai khoác chiếc manteau cũ sờn vai.

Nguyện đi ra sân cỏ đón khách.

- Anh mới lên?

- Mới lên lúc trưa. Đi chợ về ghé lại thăm Nguyện xem có gì thay đổi.

Thấy người đàn bà còn tần ngần trước cửa nhà, ông Vinh đoán người trung úy quân y đang ở trong, ông khựng lại.

- Định ghé thăm nhưng nếu Nguyện ... đang có khách thì lúc khác tôi đến.

Người đàn bà bật cười một nụ cười có phần gượng gạo.

- Khách nào? Nguyện đang ngồi một mình suy gẫm chuyện đời, mời anh vào uống tách trà, đúng lúc vừa mới pha một ấm thì anh đến. Cả năm chưa gặp lại, anh kể chuyện Sài Gòn cho Nguyện nghe đi.

Đặt tách trà xuống bàn trước mặt khách, Nguyện đi vào phòng ngủ rồi trở ra với bao xì-gà Phoenix trên tay chìa ra mời ông Vinh. Rút một điếu châm lên, ông kéo một hơi dài để cho mùi khói mà ông cất công tìm đã lâu mà không thấy thấm dần vào tế bào cơ thể.

- Nguyện mua xì-gà này ở đâu mà tôi tìm khắp Sài Gòn không thấy?

- Sài Gòn làm gì có thứ xì-gà này? Anh tìm không thấy là phải. Đây là xì-gà ăng-lê không bán ở Việt Nam. Khi Nguyện còn học bên Pháp tập hút nó nên quen rồi ghiền. Bây giờ nhờ người quen bên đó mỗi tháng gởi vài hộp.

"Nguyện trước du học bên Pháp! Thêm một trùng hợp đáng chú ý."

- Nguyện học gì bên Pháp? Hồi nào vậy?

- Nguyện qua đó học văn chương đã lâu lắm rồi. Một thời gian đẹp trong đời mình, nhiều kỷ niệm khó quên ... dù mình cố quên.

- Nhiều kỷ niệm đẹp?

- Đẹp nhưng đã qua rồi.

Nguyện cười chua chát, giữ điếu Phoenix giữa hai ngón tay đưa lên trước mặt nhìn sợi khói bay lơ lửng lên trần nhà, nói tiếp.

- Cũng như mấy điếu xì-gà này. Đây là hộp cuối cùng. Vừa được tin người bạn duy nhất còn quen Nguyện bên Pháp mới chết, không còn ai gởi xì-gà sang nữa. Cái gì rồi cũng phải qua đi, có cái mình cố giữ nhưng nó vẫn vuột đi, cái mình muốn quên đi nó cứ bám vào mình. Nay mai khi hút hơi xì-gà này lần cuối cũng như mình đứng trước một khúc ngoặc trong cuộc đời rồi mình bước đi có lẽ không nhìn lại.

Ông Vinh lặng thinh nhìn Nguyện, trong đầu có nhiều câu hỏi nhưng không biết hỏi câu nào trước. Tự nhiên ông thấy lúng túng trước vẻ buồn bất thần trên mặt bà. Trước tin về cái chết của người quen, ai cũng bị giao động và Nguyện không phải là trường hợp ngoại lệ, đang bị giao động về sự ra đi của một người quen. Khi hút hơi cuối của điếu xì-gà cuối cùng Nguyện sẽ nghĩ đến hơi thở cuối cùng của người đó.

Ông đứng lên kiếu từ.

- Khi khác tôi đến, Nguyện đang cần sự yên tịnh.

Nhưng Nguyện đứng lên theo, đưa tay ra nắm lấy tay ông Vinh.

- Anh cứ ngồi chơi. Sống một mình thế này lúc nào chả có sự yên tịnh.

Trước vẻ mặt khẩn khoản và giọng nói đầy xúc động của Nguyện, ông ngồi xuống lại rồi nhìn quanh phòng. Tất cả vẫn như năm ngoái, lần cuối ông ghé lại. Vật xung quanh vẫn thế nhưng trong một năm qua đời Nguyện đã có gì thay đổi ngoài cái chết của người quen nơi phương xa? Một người tình mới? Khám phá ra một lối thoát cho một quá khứ đau buồn? À! Hẳn là một lối vẽ mới! Bức họa một người đàn ông khỏa thân còn nằm trên giá vẽ. Nguyện đưa mắt theo cái nhìn của ông Vinh lên trên bức họa gần vẽ xong ấy.

- Nguyện không còn vẽ ngoại cảnh nữa?

- Bức tranh Nguyện vẽ cảnh đồi thông dưới cơn mưa lần cuối khi anh ghé lại để chào đi là bức ngoại cảnh cuối. Nguyện hứa cho anh tấm tranh đó, nó nằm trong phòng chờ anh đến lấy.

- Tôi còn nhớ, cám ơn Nguyện đã giữ lời hứa.

Nguyện đi vào phòng ngủ, một lúc sau cầm bức tranh vẽ năm trước đem ra ngoài, đặt lên ghế cho dựa vào bàn. Đã có ý sẵn, ông Vinh tìm chữ ký của tác giả dưới góc phải bức họa nhưng không thấy, góc trái cũng không. Ông ngắm kỹ bức họa, cảnh đồi thông dưới cơn mưa không khác gì bức ông đã thấy trong phòng triển lãm trên đường Tự Do.

Cất cái nhìn lên khỏi bức tranh, ông hỏi.

- Nguyện có thói quen không ký tên lên tranh?

- Không!

- Ngoại trừ những bức đem triển lãm hay bán?

- Anh muốn Nguyện ký tên vào tranh cho anh?

- Tôi chỉ muốn biết Nguyện ký tên gì, ông Vinh hỏi trong khi mắt vẫn còn theo dõi những vạt nắng vàng hắt lên trên những tàng cây thông, trên triền đồi cỏ xanh.

Sự im lặng bên kia bàn làm ông nhìn lên. Nụ cười cố che dấu vẻ bối rối trên mặt người đàn bà đối diện.

- TH?

- Tại sao là TH?

- Thu Hương! Ông Vinh đáp.

- Anh biết gì về họa sĩ Thu Hương?

- Biết vừa đủ để viết ra một câu truyện về người họa sĩ ấy, có thể nói một câu truyện đầy kỳ bí và lắt léo. Thí dụ như Thu Hương bỏ Sài Gòn lên đây ở một mình với hy vọng một đời sống cô đơn làm bạn với thiên nhiên sẽ giúp mình quên đi, không, nói thế không đúng vì không thể quên được, nhưng sẽ giúp mình nhìn nhận cái lỗi, nói lỗi thì lên án hơi nặng, nên nói là chuyện làm khi xưa, để lương tâm được an ổn. Thí dụ Thu Hương tuy sống trên này nhưng vẫn còn trưng tranh ở Sài Gòn tại phòng triển lãm đường Tự Do. Nếu dù Thu Hương không ký tên mình trên tranh, lối vẽ những bức tranh cảnh ngọn đồi cao nguyên rất là độc đáo cứ như chữ ký khó mà nhầm với một họa sĩ khác.

- Khá lắm! Anh cứ nói tiếp.

- Kể lại dĩ vãng của Thu Hương cho Nguyện nghe?

- Anh cứ kể!

- Họa sĩ Thu Hương từ thời niên thiếu đã là một thiếu nữ có đầu óc tân tiến, độc lập, có lẽ hơi lập dị, thích ở một mình xa gia đình. Thu Hương xuất thân từ một gia đình không có con trai. Lan, em gái của Thu Hương kém Thu Hương năm tuổi. Lan yêu một người con trai ở cạnh nhà từ thuở học chung trường. Khi người con trai này du học bên Pháp đã gặp lại Thu Hương cũng học bên đó từ trước và hai người đã yêu nhau, ở với nhau. Rồi người con trai về nước, Thu Hương về theo nhưng không phải để dự đám cưới em gái mình lấy người con trai mà để tiếp tục mối tình tội lỗi đó một cách lén lút trong Sài Gòn, xa gia đình ngoài Trung với hy vọng không ai biết. Khi Lan khám phá ra, người con trai đó quá xấu hổ bỏ đi đăng lính và mất tích ngoài chiến trường. Thu Hương cũng bỏ xứ đi biệt tích và Lan hiện đang đi tìm chị.

Làn khói xám dày đặc trong phòng làm mắt ông Vinh cay lên, ông không thấy rõ nét mặt Nguyện ra sao. Chợt người đàn bà phá lên cười, một cái cười thật sảng khái, gần như ngặt nghẽo. Tiếng cười như kéo dài càng về sau càng nghe giả tạo gượng gạo.

- Khá lắm! Anh đúng là một văn sĩ. Khi nào thì anh viết lên truyện đó? Như thế là có đầy đủ những tình tiết éo le để thành cả một pho tiểu thuyết. Tôi đề nghị anh đừng viết truyện ấy, anh viết ra một tuồng cải lương chắc hay hơn đấy. Tôi nói thật!

Ông Vinh không tỏ ra khó chịu về lời châm biếm của Nguyện. Đây không phải là lần đầu tiên ông bị người ta châm biếm về văn ông viết. Ông chỉ cảm thấy thương hại cho Nguyện đã cố gắng chạy trốn dĩ vãng một cách vô vọng, tự lừa dối lòng mình rồi bây giờ đóng một màn kịch cười lên nghe thật kệch cỡm để che mắt người khác. Ông cũng cảm thấy xấu hổ về chuyện mình làm. Vì một tình cờ mà ông đã biết được đời tư không có gì là đẹp đẽ của hai người đàn bà và ông đã tự cho mình quyền đi vào cuộc đời họ, để điều tra tìm tòi thêm những chi tiết mà hoàn toàn không liên quan gì đến mình rồi chắp nối những trùng hợp ngẫu nhiên để đi đến một kết luận vội vàng. Tại sao không đứng bên ngoài cuộc đời lẳng lặng theo dõi những diễn biến của vỡ kịch tuần tự xảy ra theo một thứ tự mà định mệnh đã vạch ra trước? Sự can thiệp của mình sẽ làm xáo trộn cái thứ tự ấy một cách vô duyên và vô ích. Khi những chiếc lá vàng rụng từ trên cành, chúng rơi xuống đất vào những chỗ theo như ý muốn của ngọn gió, có ai đi nhặt từng chiếc lá rồi đặt vào chỗ mình muốn chúng đáp xuống?

Đến lượt ông Vinh cố nở một nụ cười ngượng và khô khan.

- Xin lỗi Nguyện!

- Không! Nguyện muốn anh nói anh biết được về câu chuyện cái bà họa sĩ Thu Hương trong trường hợp nào?

Ông Vinh đâm lưỡng lự. Có nên kể cho Nguyện nghe làm sao ông gặp Lan bắt đầu cũng từ cái truyện ngoại tình ông viết trên báo Tiếng Chuông. Những cái trùng hợp mà ông cho là mấu chốt giờ tự nhiên trở thành lạc lõng không còn ăn khớp gì với nhau. Nghĩ thế nhưng ông bằng một giọng từ tốn kể lại từ lúc đọc lá thơ của Lan nhờ toà soạn chuyển cho đến cái đêm ở nhà hàng nghe Lan kể lại chuyện đời.

Vừa dứt lời, ông nghe Nguyện cười thêm một lần nữa.

- Và anh đã cho rằng Nguyện là người chị đó đi lấy chồng của em gái mình.

- Nếu ở trong địa vị tôi Nguyện sẽ nghĩ khác?

Nguyện không cười nữa, đáp.

- Chả biết nhưng Nguyện thấy anh có lý. Nhưng thôi, đó là chuyện thiên hạ, anh ... ơ ...

Định mời ông Vinh ở lại dùng cơm, Nguyện ngưng lại kịp trước khi lời mời rời cửa miệng. Còn lòng dạ nào ngồi tiếp truyện khách hàng giờ trong khi tâm thần đang bị giao động. Không biết nói gì, cả hai ngồi im. Căn phòng chợt chìm trong im lặng nặng nề cho đến lúc chiếc đồng hồ trên tường điểm năm tiếng. Ông Vinh giật mình nhớ là vợ đang chờ mình ở nhà. Ông đứng bật dậy từ chối nói để hôm khác, bây giờ phải về nhà đưa cho vợ vài thứ lúc nãy xuống chợ mua để làm bữa cơm.

Nguyện đưa khách ra rồi vẫn đứng dựa vào thành cửa, mắt tư lự nhìn theo chiếc Citroën lăn bánh xuống đồi thật lâu sau mới đi vào nhà. Bức tranh tặng ông Vinh bị bỏ quên vẫn còn nằm trên ghế dựa vào thành bàn. Nguyện đi vào phòng ngủ, ngồi phệt xuống giường hai tay bưng lấy mặt. Những giọt nước mắt chảy qua những kẽ ngón tay rớt xuống đất.

. . .

Bà Vinh say mê nghe Trọng kể chuyện làm ăn trên cái đất hẻo lánh này. Trong người có máu buôn bán, hễ nghe ai nói chỗ nào có cơ hội tìm vài nghìn là bà nghe. Như thường lệ mỗi lần vợ và khách nói chuyện làm ăn ông Vinh ngồi thu người trong ghế đóng vai dự thính viên. Theo lời Trọng thì nơi đây đất tuy nhỏ dân tuy thưa nhưng có lắm cơ hội vì còn thiếu nhiều dịch vụ mà những ai có máu liều có thể nhảy vào hốt bạc.

Hắn ba hoa.

- Thí dụ như thuốc tây. Có mỗi một tiệm mà có phải

là tiệm thuốc tây thực sự đâu, chỉ là một tiệm tạp hóa bán vài lọ thuốc đỏ, thuốc ho, thuốc át-pi-rin. Muốn có thuốc trụ sinh hay thuốc tiêm phải đến bệnh xá quận chờ cả ngày hay nhảy xe đò đi Đà Lạt mua.

- Tôi không phải là dược sĩ, muốn mở pharmacie thì phải đi tìm một ông dược sĩ rồi mướn cái bằng người ta. Vụ thuốc tây rắc rối lắm, còn gì nữa?

Trọng gãi đầu ậm ừ, điện này ...

Bà Vinh ngắt lời.

- Tôi lớn tuổi rồi không muốn mở tiệm làm ăn lâu dài, tôi chỉ muốn vài vụ áp-phe kiếm một mớ tiền rồi nghỉ. Già rồi còn đứng quầy bán mệt lắm.

Trọng cười hì hì gãi đầu, không biết còn đề nghị nào hấp dẫn. Bà Vinh cười bảo.

- Thôi! Nghe ông nói thế đủ rồi. Trên này chả có gì làm ra tiền như dưới Sài Gòn. Hay là tôi bắt chước cái bà gì đó vẽ tranh đem bán.

Nghe nhắc đến Nguyện, ông Vinh chăm chú nghe nhưng bề ngoài vẫn giả vờ lơ đãng. Vợ ông nói tiếp.

- Ông Trọng biết gì về cái bà kỳ cục đó kể tôi nghe? Ai đời đàn bà con gái đi lên cái chốn hẻo lánh ở một mình. Gia đình đâu mà lại ở thế kia? Nhỡ đêm hôm có chuyện gì thì sao.

Nâng tách cà phê lên nhấp một hụm, Trọng ngần ngừ. Hắn không muốn kể về đời Nguyện. Dù sao hắn và Nguyện đã một thời là tình nhân dù chỉ vài tháng ngắn ngủi khi Nguyện mới lên trên này với một tâm hồn còn đang trong giao động và dễ sa ngã. Một khi tinh thần cứng cáp trở lại và quen đường quen nước, Nguyện đã đòi chia tay nhưng hắn vẫn còn yêu người đàn bà ấy.

- Hả ông Trọng? Bà họa sĩ đó từ đâu đến? Bà Vinh hỏi tới.

- Bà này từ Sài Gòn lên đây ở. Tại sao thì tôi không biết, hình như có một dĩ vãng làm sao đó nên mới bỏ đi. Tôi tôn trọng chuyện đời tư người ta nên hỏi một lần bà ta không nói thì thôi không hỏi nữa. Thoạt nhìn vào thì thấy bà ấy có vẻ lập dị nhưng bên trong là một tâm hồn rất giàu tình cảm và có tài vẽ nữa. Tranh bà bán rất được dưới Sài Gòn và mấy nơi khác nên mới có tiền sinh sống trên này một mình không cần nương tựa ai.

Trọng ngửng lên nhìn bức tranh ngọn đồi dưới cơn mưa phùn treo trên tường, chỉ bức tranh hắn nói.

- Bà ta vẽ tấm đó tặng ông cụ Quách Thao.

Bà Vinh nhìn theo, lắc đầu.

- Tôi chả thấy nó đẹp ở chỗ nào. Tranh gì mà nhìn buồn quá!

- Buồn là đúng, chị ạ! Vì nó phản ảnh tâm trạng người vẽ và cảnh vật trên này. Đẹp hay không còn tùy người xem tranh và cái nhìn của người xem tranh lại còn tùy thuộc vào tâm hồn và tâm trạng của người ấy vào lúc đó. Tôi gốc gác không phải từ lãnh vực nghệ thuật nên không bình phẩm được nhưng vẫn thấy nó là đẹp.

Tự nhiên ông Vinh thấy có cảm tình với Trọng sau lời hắn nói. Đằng sau cái bộ mặt ăn chơi với cái nhìn có lúc sống sượng và lắm mồm là một người đàn ông với một trái tim biết rung động trước cái đẹp. Dĩ nhiên vì hắn đã yêu Nguyện.

Đến lúc này ông mới mở miệng.

- Có phải Nguyện là tên thật của bà ta còn Thu Hương là ...bút hiệu trên những bức tranh bà ấy vẽ?

- Nguyện ký tên Thu Hương trên tranh còn Nguyện là tên thật hay không thì không biết. Chả lẽ tôi soát giấy tờ bà ấy.

"Soát giấy tờ bà ấy? Một ý kiến hay," ông Vinh nghĩ thầm.

. . .

Tiếng sột soạt bên cạnh giường làm bà Vinh thức giấc thấy chồng đang mặc quần áo. Qua cái kẽ giữa hai cánh cửa sổ, bà thấy ánh sáng bên ngoài hãy còn lờ mờ.

- Sáng sớm anh đi đâu thế?

- Ngủ không được định chạy xuống chợ làm một tô phở, ông Vinh im miệng kịp thời trước khi buột ra câu, em đi theo không?

- Hãy còn sớm, em muốn nằm thêm một tị nữa. Anh cầm cà-mên đi mua cho em một tô.

Nói xong bà kéo chăn lên chùm mặt kín mít. Ông Vinh rón rén đi xuống lầu, vào trong bếp tìm cà-mên rồi nhẹ nhàng đi ra ngoài sân trước. Bây giờ sáng trời mùa đông trời hãy còn chạng vạng tối. Những tia nắng chưa lên đến được đỉnh đồi, hãy còn nằm dưới chân cánh rừng thông bị chận lại bởi một làn sương mù bay là đà trên mặt đất. Dưới làn sương mù mỏng ấy, ánh nắng trông như biến màu dưới một lăng kính. Cái đẹp của thiên nhiên được tăng thêm bởi sự yên tịnh. Không biết Nguyện có vẽ lên được sự yên tịnh không? Vẽ vật thể không gian ba chiều là dễ nhưng vẽ lên được âm thanh hay trạng thái không âm thanh còn khó hơn. Ý tưởng đó nằm trong đầu ông Vinh cho đến khi ông xuống đến chợ quận.

Trong khi trên đỉnh Gió Hú còn ngái ngủ trong cái im lặng của buổi sáng tinh mơ thì dưới chợ người người đã đông đảo buôn bán náo nhiệt. Ăn sáng và mua một tô phở cho vợ xong, ông Vinh để xe lăn bánh từ từ trên con đường chính. Đi ngang qua văn phòng Trọng, ông thấy cửa còn đóng im lìm. Ông tiếp tục đi cho đến cuối con đường. Chưa đến tám giờ văn phòng ông quận trưởng còn đóng cửa. Vài người lính cầm súng tiểu liên đứng gác bên ngoài. Đây là lần đầu tiên ông Vinh đến khúc đường này nên còn bỡ ngỡ. Nhìn quanh quẩn, ông thấy bệnh xá quận nằm chếch bên trái văn phòng quận.

"Có lẽ cái tên bác sĩ trẻ cặp với Nguyện ở đây?" ông Vinh nghĩ thầm rồi tấp xe vào lề trước bệnh xá.

Vào trong ông đi thấy một người lính già đeo lon hạ sĩ đang ngồi vừa đọc báo vừa ngáp vặt sau bàn làm việc.

- Xin lỗi, tôi cần gặp bác sĩ.

Người hạ sĩ đặt tờ báo xuống, đưa tay lên che miệng ngáp thêm một cái nữa.

- Ông bị đau?

- Mấy hôm nay tôi bị đau bụng, uống thuốc mà vẫn không hết. Sáng nay ăn sáng xong thấy đau thêm. Bác sĩ đến chưa?

Kéo cổ tay áo lên nhìn chiếc đồng hồ, người hạ sĩ già lắc đầu bảo.

- Chưa đâu, chín giờ trung úy bác sĩ mới đến. Ông

phiền ngồi đợi.

Ông Vinh cám ơn, nói với hắn ông không chờ được nhưng lát nữa trở lại, rồi ra xe lái về.

Đến chỗ ngã ba đường quen thuộc, ông Vinh nghe tiếng động cơ xe rú lên từ nhà Nguyện xuống rồi ông thấy chiếc Renault phóng xuống như bay. Ông vội lên ga rẽ phải lên con đường đi về nhà ông, sợ Nguyện thắng không kịp đâm vào xe mình. Ông dừng xe, quay cửa kính xuống thò đầu ra nhìn. Chiếc Renault xuống đến ngã ba, thắng gấp một cái làm chao đi, sàng qua bên phải xong động cơ rú lên chạy thẳng về hướng chợ quận. Ông chỉ kịp thấy Nguyện ngồi trước tay lái, đầu tóc bơ phờ, mắt chăm chú nhìn về phía trước, không biết có thấy xe ông không. Nhìn cái cà-mên đựng tô phở mua cho vợ, ông biết mình phải về dù trong lòng muốn quay đầu xe chạy theo chiếc Renault. Ông chặc lưỡi rồi lái xe về nhà mà trong đầu ngổn ngang cả trăm câu hỏi.

. . .

Thấy Quang từ ngoài đi vào, người hạ sĩ già đứng bật dậy đưa tay lên ngang trán chào. Quang chào lại một cách máy móc rồi nhìn quanh phòng đợi. Sáng nay chỉ có ba bệnh nhân đang ngồi chờ. Một bà già húng hắng ho, một thiếu phụ bế một đứa bé chùm trong chăn, một ông già chắc bị sốt rét đang run lên bần bật. Họ đồng nhìn viên trung úy bác sĩ với cặp mắt kính nể. Quang gật đầu chào lại rồi đi thẳng vào phòng trong. Cô y tá đang sắp xếp những dụng cụ khám bệnh sẵn sàng trên bàn quay lại lên tiếng chào. Không cần nhìn đồng hồ treo trên tường, Quang biết đã hơn tám giờ. Khi mới về đây làm, Quang lại bệnh xá đúng tám giờ sáng nhưng sau một thời gian thì tự cho phép mình đến trễ một ít để ghé chợ ăn sáng. Nếu có trường hợp khẩn cấp, người hạ sĩ già sẽ đạp xe lại chợ tìm. Từ ngày về đây, Quang chỉ gặp một hai trường hợp khẩn cấp và đã cứu chữa được bệnh nhân một cách nhanh chóng. Người hạ sĩ sau cho biết trước đó bệnh nhân phải đến văn phòng bác sĩ Thăng để được người y tá ở đó khám trước, nếu được xem là khẩn cấp người y tá mới sai một tùy phái phóng xe đến nhà bác sĩ để thông báo, còn không thì họ phải chờ dễ chừng đến mười giờ ông Thăng mới ra.

Cô y tá ra gọi bệnh nhân đầu tiên vào.

Hai bệnh nhân được khám xong thì ông hạ sĩ già thò đầu vào rụt rè bảo có người mới đến đòi gặp. Ra phòng chờ, Quang vô cùng ngạc nhiên khi thấy Nguyện ngồi đó.

- Chị Nguyện, có chuyện gì không?

Nguyện trả lời giọng mệt mỏi.

- Không hiểu sao tự nhiên thấy trong người khó chịu quá, ghé lại để Quang xem có bị gì không.

Nhìn da mặt tái mét và đôi mắt quầng thâm, Quang biết Nguyện đã thức trắng đêm nhưng không rõ vì đau ốm hay chuyện gì khác. Biết người bệnh nhân kế tiếp không có gì là nghiêm trọng, Quang xin lỗi ông ta xong bảo Nguyện vào phòng khám.

Vào đến trong, Nguyện buông người xuống ghế, đưa mắt nhìn cô y tá. Hiểu ý, Quang giả vờ bảo cô ta đi qua phòng bên cạnh tìm hồ sơ bệnh nhân. Chỉ còn lại hai người, Quang hỏi giọng đầy lo lắng.

- Chị sao thế? Trông như chị suốt đêm qua không ngủ. Mấy hôm trước trông chị còn khoẻ lắm mà.

Nguyện cười gượng.

- Chị không bệnh hoạn gì, chỉ tại tối qua mất ngủ, tự nhiên thấy trong người làm sao ấy, có cái gì làm mình cảm thấy khó chịu bức rứt, đầu óc bất ổn lo lắng. Sáng nay tự dưng thấy lo vô cùng ... chuyện gì vu vơ, chị thấy cần gặp Quang để ... để nói chuyện.

Quang không nói gì, lấy ống nghe đặt lên lưng Nguyện nghe ngóng rồi soi đèn vào mắt bệnh nhân xem xét hai con ngươi xong cầm cổ tay lên bắt mạch, sau cùng kết luận Nguyện không bị ốm, chỉ vì mất ngủ nên bạc nhược.

Tiếng cửa phòng bên cạnh đóng sập lại. Quang biết cô y tá sắp trở vào, nói vội.

- Chị không đau ốm gì nhưng tinh thần đang bị nhược, cần nghỉ ngơi tránh suy nghĩ. Trưa nay Quang ghé đem thuốc cho chị.

Mặt Nguyện tươi lên. Câu chuyện ông Vinh kể chiều hôm qua đã chi phối không ít và Nguyện đã thức trắng đêm suy nghĩ. Lời kể của ông đã lôi ra từ trong tiềm thức Nguyện một dĩ vãng xa xưa, tuy nó đã nằm yên từ bấy lâu nay nhưng lúc nào cũng chờ có dịp để vùng dậy. Có những lúc trong tuyệt vọng cùng cực, Nguyện muốn lái xe đến nhà Quang nhưng nhìn ra ngoài thấy trời tối như mực nên đổi ý. Không những Nguyện cần người để trút tâm sự, để nghe Nguyện kể lại những dằn vặt đã từ lâu mà còn cần người thông cảm và chấp nhận Nguyện và Quang là người duy nhất có thể đóng vai trò đó.

Cô y tá trở vào. Quang bảo cô ta tiêm cho Nguyện một mũi thuốc khoẻ.

Đưa Nguyện ra tận cửa, Quang trấn an, hứa trưa sẽ ghé lại.

- Chị Nguyện, em biết chị đang ... trải qua khó khăn. Đừng lo, em sẽ đến với chị và mọi việc sẽ xong xuôi. Chị tin em đi.

Cái nhìn đầy trìu mến và tin tưởng của Quang như truyền một nguồn sinh lực mới vào người bệnh nhân tinh thần đang bạc nhược, làm ấm lên trong lòng xua đuổi đi những ám tưởng đen tối lạnh lẽo.

Nguyện khẽ nói cám ơn vào tai Quang rồi đi ra. Chiếc Renault đi một vòng trở lại, Nguyện thò đầu ra cửa xe vẫy tay chào. Nhìn nụ cười rạng rỡ trên khuôn mặt xinh đẹp, Quang thấy bồi hồi, trong lòng quyết định sẽ thú thật lòng mình khi lên đỉnh đồi trưa nay.

Về đến nhà, Nguyện dọn dẹp phòng ăn và bếp thật gọn ghẽ, rửa hết chồng chén dĩa trong bồn lau khô rồi xếp ngay ngắn vào trong tủ. Lau bàn ăn và bộ ghế xong, Nguyện đi lại hai cái cửa sổ, cuốn mấy cái màn cửa lên và lau kính cửa sổ thật sạch xong vén chúng sang hai bên. Ánh sáng mặt trời lùa vào trong, cả gian phòng trông rực rỡ và ấm hẳn lên trong cái ấm của nắng. Nụ cười trên môi Nguyện rạng rỡ không kém. Hôm nay, nàng muốn nhà mang một bộ mặt mới, sạch sẽ và ngăn nắp, ra vẻ ngôi nhà của một gia đình ấm cúng. Không còn là một studio vẽ của một họa sĩ sống bề bộn buông thả, để mặc ra sao cũng được.

"Trông còn thiếu một cái gì," Nguyện vừa nghĩ vừa vuốt mấy lọn tóc trước trán xong như sực nhớ ra, đi vội ra sau vườn hái một chùm hoa dại đủ màu thật lớn đem vô nhà cắm vào trong cái lọ thủy tinh cao cổ đặt giữa bàn ăn và vài cái lọ bé đặt trên thành cửa sổ.

Trước bộ mặt mới của căn nhà, Nguyện rất lấy làm hài lòng. Chỉ còn cái phòng vẽ nữa! Và phòng ngủ.

"Phòng ngủ!" Nguyện mỉm cười trước hai chữ đó.

Sau hơn một giờ đồng hồ dọn dẹp sắp xếp lại căn phòng vẽ thật bừa bộn, Nguyện đi vào bếp sửa soạn nấu một bữa cơm thật ngon cho Quang. Trong khi nấu, ý nghĩ gọi Quang bằng anh thay vì bằng tên làm Nguyện đỏ mặt.

"Thật khó! Từ trước đến nay Quang xem mình như chị, lúc nào mình cũng xử sự như một người chị và Quang rất lễ phép với mình bây giờ ... Nhưng sự thật vẫn là sự thật và đó là tình cảm mình dành cho Quang. Không chối cãi được! Tại sao mình đã đem lòng yêu Quang? Vì nỗi cô quạnh làm mình cần một nơi nương tựa tâm hồn? Quang đã đến và đã đem theo nắng ấm vào trong cuộc đời âm u lạnh lẽo của mình. Hẳn Quang cũng cảm thấy điều đó và đã tự cho mình cái trách nhiệm sưởi ấm lòng một người đàn bà cô đơn như mình."

Đậy nắp vung lên nồi thịt, Nguyện khoác cái manteau sờn vai cố hữu đi ra sau nhà. Đã gần trưa, làn sương mù dầy đặc ban mai chỉ còn đâu đó vài lớp mỏng như lụa. Ánh mặt trời chan hòa khắp nơi. Nguyện cởi manteau, treo lên một cành cây, đi lại cái ghế băng ngồi xuống châm một điếu xì-gà.

"Chỉ còn vài điếu nữa mình sẽ au revoir mấy điếu Phoenix này. Những gì của quá khứ hãy trả lại quá khứ, phải nhìn về tương lai. Quang sẽ là người cùng đi với mình trên con đường tương lai đó. Không thể quên được quá khứ nhưng cứ xem nó như một cơn ác mộng đã qua.

Phải can đảm thú thật lòng mình với người mình yêu và hy vọng sống chung nốt cuộc đời còn lại."

Tiếng xe ngoài sân trước làm Nguyện đứng bật dậy nhưng rồi khựng lại. Không phải tiếng máy xe Jeep quen thuộc. Nguyện đi theo con đường lót gạch vòng quanh nhà ra phía trước nhưng đứng lại núp sau góc tường. Cửa chiếc Citroën bật mở, ông Vinh trên xe bước xuống.

"Mình không muốn gặp ông hàng xóm ấy nữa. Tại sao ông ta cứ nhắc nhở mình về lỗi lầm khi xưa. Phải dứt khoát không gặp", Nguyện quyết định thế rồi đứng thu mình sau bức tường không lên tiếng khi có tiếng đập cửa trước.

Sau vài tiếng đập cửa dồn dập rồi sự im lặng xong tiếng cửa xe mở rồi đóng xập một cái và tiếng máy xe rú lên rồi chết lịm dần. Nguyện trở lại cái ghế băng dưới tàng cây thông ngồi xuống chờ Quang đến. Đến lúc này Nguyện vẫn chưa biết có nên kể hết cho Quang về quá khứ của mình. Trong những lần nói chuyện trước, Quang có đề cập đến nhưng Nguyện chỉ nói phớt qua và Quang tinh ý nhận thấy điều đó, không hỏi tới nữa.

"Nếu Quang yêu mình thật sự thì phải chấp nhận quá khứ của mình và mình phải nói thật hết," Nguyện quả quyết.

Gần mười hai giờ trưa thì Quang đến, cũng trong bộ quân phục với cái lon trung úy trên cổ áo và phù hiệu quân y trên tay áo, nhảy xuống xe đi nhanh vào nhà trên tay cầm một bao giấy. Nguyện chạy ra đón đỡ lấy bao mở ra xem rồi reo lên.

- Dâu! Quang hay quá, biết ý chị.

Nhìn Quang nhe răng cười, Nguyện đáp lại với cái nhìn trìu mến, cái nhìn như muốn nói lên, "Còn ý gì khác của chị mà Quang biết?"

Suốt bữa cơm, hai người không nói gì ngoại trừ lời khen cơm ngon của Quang. Đây không phải là lần đầu được khen cơm ngon nhưng Nguyện thấy vui hơn mọi lần.

Ăn xong, Quang mới lên tiếng.

- Chị thấy khoẻ chưa?

- Gớm! Chờ ăn hết bữa cơm mới hỏi thăm con bệnh. Bác sĩ gì kỳ thế!

- Tại vì bác sĩ biết con bệnh không ốm, chỉ mất ngủ thôi. Chị có gì cần nói, Quang sẵn sàng nghe. Còn đây là mấy viên thuốc ngủ, chị uống mỗi ngày hai viên trước khi đi ngủ nếu cần.

Quang vừa nói vừa móc túi áo lấy ra một lọ thuốc con đặt lên bàn. Nguyện đặt tay xuống cầm lấy lọ thuốc nhưng bàn tay bên kia vẫn còn đó như đang chờ. Hai bàn tay chạm vào nhau. Nguyện vuốt lưng bàn tay Quang vẫn để yên trên bàn.

- Chị Nguyện! Quang thì thầm.

- Suỵt! Quang đừng nói. Chị đã biết và chị cũng vậy.

Những ngón tay hai người đùa với nhau như để chuyền cho nhau những cảm nghĩ của hai tấm lòng. Quang và Nguyện ngồi như thế thật lâu trong cái im lặng của buổi trưa mùa đông yên tịnh trên đỉnh đồi.

Có vài tiếng tí tách trên mái tôn rồi cơn mưa ập đến. Chẳng mấy chốc bên ngoài trời trắng xóa nhưng chỉ một chốc sau lại tạnh ngay. Cơn mưa đến thật nhanh rồi đi cũng thật nhanh, thay vào đó là làn sương mỏng bay là đà trên mặt đất.

Nguyện rút tay về lại gần mình. Quang đưa tay đến gần nhưng bàn tay Nguyện vẫn nằm nguyên ngoài tầm với.

- Chị Nguyện! Đến lúc này Quang muốn nói với chị là ... là Quang rất mến chị.

- Như một người chị?

Quang nuốt nước bọt lấy can đảm, đáp.

- Không! Như một người tình.

Chỉ nói được mấy chữ ấy Quang cảm thấy nhẹ nhõm như cất đi được một khối đá trên ngực, xong lại chìm trong im lặng chờ sự đáp ứng từ phía bàn bên kia. Đến lượt Nguyện phải thu can đảm để thú nhận lòng mình nhưng khối đá trên ngực quá nặng và một bàn tay vô hình nào đang bóp trái tim quá mạnh làm Nguyện cảm thấy khó thở phải đứng lên đi lại bên cửa sổ đang mở hít thở bầu không khí trong lành bên ngoài.

Cảnh tượng cánh rừng thông trên triền đồi y hệt ngày Nguyện mới lên đây để chạy trốn dĩ vãng. Cũng một ngày mùa đông như hôm nay. Cảnh vật bên ngoài lạnh lẽo và âm u cũng như bên trong lòng người. Ngày hôm đó Nguyện đã đứng thật lâu bên khung cửa sổ không biết đến bao giờ mặt trời mới mọc để đem lại những tia nắng ấm sưởi lòng. Và những tia nắng ấm ấy sau cùng bắt đầu ló dạng ngày hôm nay sau bao năm tháng âm u. Nguyện cảm thấy một làn hơi thở ấm áp bên tai, một nụ hôn lên gáy rồi giọng Quang thều thào.

- Nguyện! Quang yêu Nguyện. Tại sao Nguyện không đón nhận?

Nguyện nhắm mắt lại để nụ hôn đó mơn trớn trên gáy mình, tận hưởng làn hơi ấm đang len lỏi thấm vào da thịt. Môi Quang đi dần lên má Nguyện. Một vị mặn trên đầu lưỡi. Quang hôn lên những giọt nước mắt đang chảy dài trên má Nguyện.

- Quang mong Nguyện khóc vì vui sướng. Nếu không ...

Nguyện quay lại. Cái nhìn hạnh phúc lẫn lo âu. Nguyện cố nở một nụ cười rồi kéo Quang lại bàn ngồi xuống vì muốn kể ra hết nhưng không biết bắt đầu ra sao. Nhìn nét bối rối trên mặt Nguyện, đôi môi rung rung, Quang từ tốn nói.

- Mình có cả ngày để kể để nghe, cứ từ từ nói hết.

Và Nguyện bắt đầu thuật lại dĩ vãng đau buồn và tội lỗi của mình mười năm về trước trong khi Quang im lặng lắng tai nghe.

" ... và đó là lần đầu trong đời Nguyện đã biết yêu nhưng khốn nạn thay đã yêu lầm người để rồi gây đổ vỡ và tang tóc. Bao năm qua Nguyện đã tự trừng phạt mình làm bằng cách tự lưu đày vào một cuộc sống cô đơn nơi đèo heo hút gió. Nguyện không làm thế để chuộc lỗi vì làm sao chuộc lỗi đó được. Tội lỗi to lớn như vây mình sẽ phải trả giá suốt đời chưa chắc đã trả hết, rồi Nguyện gặp Quang và muốn gầy dựng lại cuộc đời, sống một cuộc sống mình luôn ao ước."

Khi những chữ cuối thoát môi Nguyện, sự im lặng ùa vào kín gian nhà. Quang thở thật nhẹ như sợ nếu thở mạnh sẽ thổi đi những lời tâm sự mình vừa được kể ra khỏi cõi không gian chật hẹp. Phải giữ chúng với mình vì nếu chấp nhận xây dựng một tương lai chung với người mình yêu, phải chấp nhận quá khứ của người đó thay vì xua đuổi nó. Quang muốn trấn an Nguyện, muốn nói lên những lời an ủi và khuyên bảo hãy để dĩ vãng đi qua, hãy cất nó đằng sau tiềm thức nhưng lại sợ bị hiểu lầm là mình xem thường sự đau khổ của Nguyện. Những năm trong đại học y khoa và quân y, Quang chỉ học cách chữa bệnh cơ thể, có bao giờ được dạy cặn kẽ cách giúp con bệnh đối phó với những đau khổ tình cảm đâu. Biết phải trở về bệnh xá, Quang đứng lên nói chiều sẽ trở lại để nói chuyện thêm rồi đi ra.

Nguyện vẫn ngồi yên một chỗ nhìn theo Quang khuất sau khung cửa.

12

Lan dùng hết sức đè nắp va-li xuống rồi bặm môi ra sức cài hai cái móc lại. Nhìn hai cái va-li và mấy cái túi xách tay nằm lăn lóc dưới đất, Lan biết lát nữa mình sẽ phải chật vật với chúng lúc ra phi trường. Sau hơn nửa năm trời lặn lội trong Sài Gòn và bây giờ không còn hy vọng gì tìm được người chị biệt âm vô tín từ bao năm qua, Lan buồn vô cùng khi tưởng tượng ra khuôn mặt song thân lúc được cái tin đầy thất vọng ấy.

"Mình đã cố gắng nhưng mưu sự tại nhân thành sự tại thiên," Lan lắc đầu xua đuổi cái ý nghĩ yếm thế. Nhìn đồng hồ tay hãy còn sớm, Lan ngồi xuống lấy bút giấy ra viết cho người bạn chủ nhà vài giòng trước khi đi. Đang cắn bút chì suy nghĩ, Lan giật mình khi có tiếng người đập cửa dồn dập. Vừa chạy ra cửa vừa đưa tay lên vuốt lại mái tóc, Lan thắc mắc không biết ai đến giờ này. Cô bạn độc thân từ Trung vào ở một mình không quen ai trong đây ngoại trừ vài đồng nghiệp.

Hé cánh cửa nhìn ra, Lan ngạc nhiên khi thấy ông Vinh đứng ngoài hành lang.

- Ông Chương! Ông đến đây có chuyện gì?

- Tôi vào được không?

- Vâng, Lan trả lời xong đứng xích ra.

Ông Vinh bước vào đưa mắt nhìn quanh. Cái nhìn của ông ngừng trên đống hành lý của Lan.

- Còn ai khác ở nhà?

- Không! Chỉ có tôi. Bạn tôi đi làm rồi và tôi thì sắp ra phi trường về Trung. Ông có gì thì nói nhanh lên vì tôi hơi gấp.

- Xin lỗi cô Lan tôi đến đường đột nhưng chỉ có cách này mới gặp được cô và xui là đúng lúc cô sắp phải đi. Trước nhất, tên thật tôi là Vinh, Chương là bút hiệu. Tôi tin là tôi đã tìm được người chị của cô.

Lan trợn mắt há hốc mồm, ngồi phịch xuống ghế. Một chuyện không tưởng!

- Ông Chương ... Vinh, ông đã tìm được chị tôi? Ở đâu, cách nào và khi nào vậy?

- Cô bình tĩnh lên nào! Tôi e cô không có thì giờ ngồi nghe chuyện đâu. Tôi chỉ có thể vắn tắt cho cô biết là chị cô hiện đang ở trên cao nguyên, quận Trảng Nguyên, cách Đà Lạt độ 20 kí-lô-mét. Cô biết Trảng Nguyên?

- Không! Tôi không biết. Chị tôi làm gì trên đó? Ở với ai? Mà làm sao ông tìm được hay thế?

Ông Vinh đưa tay lên trước ngực như bảo Lan đừng hấp tấp.

- Tôi không bảo đảm người này một trăm phần trăm là chị cô nhưng tôi đoan chắc là đúng. Tôi có những dữ kiện để chứng minh điều đó. Cô có thì giờ nghe không?

Lan lấy lại bình tĩnh, hạ giọng xuống.

- Nếu ông chắc chắn người đó là chị Hương tôi thì tôi sẵn sàng bỏ chuyến bay, về ngày khác cũng được. Tôi còn mười lăm phút nữa để nghe ông kể rồi tôi sẽ quyết định đi hay không.

Ông Vinh hơi quýnh lên không biết bắt đầu kể từ đâu. Ông vắn tắt kể lại chuyện vợ chồng ông mua căn nhà trên đỉnh Gió Hú, chuyện những bức tranh vẽ giống nhau ký tên TH, những bức tranh của họa sĩ Thu Hương bày tại phòng triển lãm trên đường Tự Do, những ngân phiếu gửi về cho họa sĩ Thu Hương trên Trảng Nguyên, rồi lời tự thú của Nguyện đã du học văn chương và hội họa bên Pháp, thói quen hút xì-gà và uống rượu tây của Nguyện. Ông còn tả lại hình dáng Nguyện và cách ăn nói. Tất cả gói ghém trong mười lăm phút.

Vừa kể ông vừa quan sát nét mặt người nghe đi từ chăm chú đến kinh ngạc.

Rồi ông kết luận.

- Với những dữ kiện đó, tôi đoan chắc bà Nguyện đó là chị Hương của cô. Cô nghĩ sao?

Lan bặm môi, mắt như nhìn vào cõi hư vô rồi một lúc sau lắc đầu nói.

- Tôi không biết được. Theo lời ông kể thì người đó đúng là chị tôi. Quá nhiều điều trùng hợp mình không thể bỏ qua được. Tôi không biết ... không biết được. Ông nghĩ sao? Ông nghĩ mình cần điều tra thêm không để chắc chắn một trăm phần trăm? Cha mẹ tôi đang chờ tin. Tôi không muốn đưa tin sai làm cha mẹ tôi thất vọng thêm.

Ông Vinh đứng lên điệu bộ như sắp bỏ đi.

- Cô Lan! Tôi không có dịp đi lên trên đó thường. Tôi nghĩ những gì tôi khám phá ra là quá đủ cho một xác nhận. Nếu cô muốn biết thêm thì cô tự đi tìm. Bây giờ tôi phải trở về lại sở có cuộc họp. Tôi cũng gấp như cô vậy.

Lan năn nỉ.

- Ông thông cảm cho tôi. Cái này quá đột ngột quá quan trọng, làm sao tôi có thể quyết định ngay được. Tôi tin lời ông nói nhưng ... làm sao bảo đảm ... làm sao chắc chắn những gì ông nói là chính xác.

Bực mình vì cho là Lan phủ nhận công trình điều tra của mình, ông Vinh hơi to tiếng.

- Tôi hỏi cô chứ làm gì có hai người họa sĩ cùng là đàn bà và cùng tên. Đó là chưa kể những điều trùng hợp khác. Tôi không biết cô còn đòi hỏi gì nữa để cho rằng người đàn bà đó là chị cô hay là một người xa lạ? Hay là cô muốn tôi bắt bà đó viết giấy chứng nhận là bà chị cô để cô tin?

- Ông thương hại tôi. Tôi chỉ còn ông giúp tôi được. Xin ông!

Nhìn mặt Lan van lơn tuyệt vọng, ông Vinh động lòng, ngồi xuống lại rồi bảo.

- Thôi được. Như thế này. Cô phải hủy chuyến đi này. Tôi sẽ chở cô lên Trảng Nguyên để gặp người đàn bà ấy để cô nhìn mặt. Khổ nỗi tôi mới đi trên đó về, cô phải chờ vài tuần nữa. Tôi không thể cứ bỏ ngang việc mà đi bất cứ lúc nào mình muốn. Tôi sẽ cho cô biết sau. Cô cứ tự tiện gọi tôi trong sở nếu cần.

Ra về rồi ông Vinh không biết là sau đó Lan đã ra phi trường về Trung. Chờ hơn hai tuần không thấy Lan điện thoại, ông trở lại nhà cô bạn Lan và khám phá ra nàng đã ra đi và cũng không để lại lời nhắn gì cho ông. Ông đâm bực mình về thái độ khó hiểu lẫn vô ơn của Lan, nhún vai tự nhủ chuyện thiên hạ mình lo đến đây là đủ. Ông ngỡ Lan sẽ nhảy chồm lên sự khám phá đó, cám ơn ông rối rít rồi cùng ông lên cao nguyên gặp lại người chị mất tích. Rồi ông đâm nhớ Nguyện nhưng đồng thời ghen vì Nguyện có người tình mới.

. . .

Máy bay về đến phi trường Phú Bài trễ hai giờ đồng hồ. Lan lễ mễ khiêng hành lý ra cửa phi trường đón taxi về nhà. Ở Sài Gòn Lan quen với cái nóng dưới đó, về đây nhằm ngày lạnh Lan ngồi co ro trong taxi, hối hận đã không lấy cái áo lạnh ra sẵn.

Cuốc xe taxi về nhà khá lâu, Lan dựa đầu lên cửa kính xe quan sát cảnh vật bên ngoài. Chỉ xa nhà mới hơn sáu tháng, Lan có cảm tưởng ở đây cái gì cũng đã thay đổi. Có những bộ mặt mới nào, có những ai bỏ xứ ra đi, những ai đã chết, những ai mới sinh ra. Sao Lan thấy gì cũng thay đổi duy lòng người vẫn như xưa. Lòng mình vẫn như xưa, vẫn còn đầy căm hận lẫn tội nghiệp cho người chị biệt tích. Tình cảm dành cho người chồng cũ xấu số vẫn như xưa, vẫn thương nhớ và đau đớn. Trong mười lăm phút phù du, Lan đã quyết định bỏ về Trung thay vì đi với ông Vinh lên cao nguyên tìm chị. Hai tiếng đồng hồ trên máy bay, Lan suy xét lại quyết định của mình cho đến giờ vẫn chưa biết là mình đã quyết định như thế là đúng hay hàm hồ. Có lẽ hay nhất là cứ để giòng đời trôi đi đâu thì đi. Chị Hương đã có một người tình mới thì chúc chị tìm được hạnh phúc lâu dài với người ta. Mình đi tìm chị để nói gì với chị ấy? Để tha thứ cho chuyện quá khứ hay để tiếp tục lên án, mà lên án để làm gì? Để thỏa lòng căm hờn thì có ích lợi gì! Có đem được chồng về với mình đâu. Tình chị em đã chết từ lâu, từ ngày chị và chồng mình hôn nhau lần đầu tiên dưới gầm cầu sông Seine, đêm hai người làm tình với nhau lần đầu trên căn gác xếp của chị trong Quartier Latin. Cái lý luận biện minh ấy trong đầu Lan tan đi khi chiếc taxi về đến đầu ngõ. Biết nói gì với song thân? Nhất là mẹ, người đặt rất nhiều kỳ vọng vào đứa con gái út để tìm ra đứa con gái lớn bỏ đi hoang từ bao năm nay vì một nguyên nhân nào không ai biết và bây giờ Lan về tay không thay vì dắt theo chị.

Xe vừa ngừng trước cửa nhà Lan đã thấy mẹ đứng chờ bên ngoài. Lan cúi gằm mặt xuống, mong vài giây trong khi chờ đợi người tài xế xuống mở cửa kéo dài ra như thế kỷ.

- Đến rồi cô! Tiếng người tài xế nghe như từ đâu vọng về thay vì ngay bên cạnh.

Lan uể oải bước xuống, xách va-li đi lại mẹ.

- Tìm được chị không con? Người mẹ hỏi, giọng hy vọng đan lẫn thất vọng.

Mấy cái lắc đầu của Lan như một bàn tay vô hình xoay người bà lại, nhấn lưng còng xuống rồi đẩy vào trong nhà. Lan không nói gì, lặng lặng xách hành lý đi thẳng vào phòng ngủ. Cha chưa về. Có lẽ người muốn kéo dài thời giờ trong sở để tránh thấy những cái lắc đầu của Lan. Sắp xếp quần áo từ va-li ra, Lan đi xuống bếp phụ mẹ nấu bữa cơm tối.

. . .

Viên đại úy đứng lên tiễn Lan ra cửa, ông an ủi.

- Bà hãy kiên nhẫn lên. Tôi biết chờ đợi là khó khăn nhưng vào lúc này chỉ còn cách là chờ. Dĩ nhiên khi chúng tôi có tin tức gì mới sẽ cho bà biết ngay. Xin bà cho tôi gởi lời thăm ông bà cụ. Xin lỗi chúng tôi không làm gì hơn được.

Lan cám ơn ông ta rồi đi về hướng cổng bộ chỉ huy trung đoàn. Như vậy người ta vẫn không có tin tức gì về người chồng sĩ quan mất tích ngoài trận đã mấy năm. Lan đã lại đây không biết bao nhiêu lần rồi nhưng mỗi lần đến đây hỏi tin tức là mỗi lần ra về với một thất vọng to tát hơn. Khoảng thời gian mới được tin chồng mất tích, Lan đến hàng tuần, có tuần đến hàng ngày nhưng rồi ngày tháng qua đi và nỗi hy vọng nhỏ dần và rồi bắt đầu làm quen với cái ý nghĩ là sẽ không bao giờ gặp lại chồng. Lắm lúc Lan nghĩ mình đã là quả phụ nhưng vẫn chưa chịu đeo khăn tang và trong đầu không hề có ý làm lại cuộc đời.

Có vài tiếng huýt sáo đâu đây. Lan biết những tiếng huýt sáo ấy đến từ những người lính trẻ đang đứng tụm năm tụm ba, hút thuốc tán gẫu. Họ trông còn trẻ quá, chỉ đáng làm em. Mong họ không gặp phải bất hạnh ngoài mặt trận như chồng mình. Một người sĩ quan cũng trẻ như những người lính kia cổ áo đeo lon trung úy đang đứng thọc tay túi quần nhìn soi mói làm Lan quay mặt đi chỗ khác, chân bước nhanh ra cổng. Lan lấy làm bực vì thái độ hỗn xược của những người lính và nhất là cái nhìn của người sĩ quan trẻ.

Ra đến ngoài đường, Lan vẫy tay gọi một chiếc xích lô nhưng một người đàn bà đứng gần hơn chạy lại dành trước. Lan đành đi lại xạp báo gần đó đứng dưới cái mái tôn nhỏ thò ra cho đỡ nắng. Nhìn qua những tờ báo bày bán, Lan thấy tờ Tiếng Chuông, mò ví lấy mấy đồng đưa cho đứa con gái xong cầm tờ báo định mở ra đọc thì giật bắn mình lên vì tiếng kèn xe sau lưng. Quay phắt người lại, Lan thấy người trung úy trẻ lúc nãy nhìn mình trong sân cờ đang ngồi sau tay lái, nhe răng ra cười. Nổi cáu nhưng Lan biết hắn đang tìm cách làm mình chú ý bèn quay mặt đi không thèm nhìn anh ta. Người trung úy trẻ nhảy xuống xe tiến lại.

- Xin lỗi bà nếu tôi làm bà giật mình. Tôi sắn đi ra lại ban tiếp vận gần chợ có chuyện, nếu bà cần quá giang tôi xin phép làm tài xế cho bà.

Lời nói thật lễ độ và khuôn mặt nghiêm trang khác hẳn với cái nhìn ngỗ ngáo chỉ trước đó vài phút. Lấy lại bình tĩnh, Lan lên lớp viên trung úy.

- Tại sao các anh có thái độ bất lịch sự với đàn bà và nhất là hỗn láo với vợ sĩ quan? Chồng tôi cũng là sĩ quan như trung úy, chẳng may mất tích ngoài mặt trận, tôi đến để hỏi tin tức. Bộ các anh muốn tôi phải chịu đựng những cái nhìn soi mói, những cái huýt sáo mất dậy mỗi lần tôi đến đây? Rồi còn cái trò bấm kèn xe cao bồi!

Người trung úy trẻ mang bảng tên Trung cúi đầu ra vẻ chăm chú không đáp lại. Nói một hơi xong Lan thở hổn hển ra chiều hãy còn hậm hực. Một chiếc xích-lô máy rà tới. Trung vội nói.

- Tôi xin lỗi bà đã bất lịch sự với bà. Còn những người lính kia, bà hiểu giùm họ còn trẻ, xa gia đình. Tôi xin lỗi cho họ luôn, họ là lính dưới quyền tôi. Xin bà cho phép tôi chở bà về.

- Anh chở tôi về để biết tôi ở đâu chứ gì! Lan vặn.

Trung lắc đầu.

- Dạ không! Tôi chỉ muốn chở bà để chuộc lỗi thôi.

Dù biết bị ghẹo, tự nhiên Lan hết giận, phì cười.

- Anh lộn xộn lắm! Thôi được, nhờ anh chở tôi ra chợ, tôi đi chợ đã rồi mới về.

Nghe thế, Trung vội bước lại chỗ ngồi cạnh tài xế, móc túi lấy khăn mu-xoa ra lau lau cho sạch ra chiều ga-lăng rồi mới đưa tay mời Lan lên.

- Anh không sợ cấp trên khiển trách sao mà dám dùng công xa cho tư vụ?

Trung nhún vai.

- Mấy ông ấy còn cha nữa, lạm dụng bỏ xừ. Càng làm to càng lạm dụng. Tôi chỉ tiện đường đưa bà đi thôi, đâu có tốn thêm xăng chính phủ đâu.

Trên xe hai người không nói gì. Đến nơi, Lan xuống xe cám ơn nhưng đi được vài bước quay lại thì thấy chiếc Jeep vẫn còn đó với Trung vẫn ngồi sau tay lái nhìn theo.

Lan đi trở lại bảo.

- Nếu trung úy không bận, tôi xin mời trung úy ghé vào uống ly nước.

Trung đậu xe vào lề đường rồi theo Lan vào một quán nước bên trong. Trong khi Lan quậy đường trong ly chanh muối thì Trung ngồi nhìn phin cà phê chảy.

Lan buông lời đùa.

- Uống xong ly cà phê này thì trung úy có lẽ sẽ bị trễ đấy, về kẻo bị phạt mấy củ.

Nhấc cái phin lên rồi đặt xuống bàn, Trung múc vào một tí đường vừa quậy vừa cười nói.

- Đi đâu mà trễ?

- Tôi tưởng lúc nãy trung úy bảo phải đi tiếp vận tiếp đồ gì đó.

Nhìn nụ cười mỉm của Trung, Lan biết mình đã bị cho vào xiếc, bị nói láo để dụ lên xe chở, trong bụng phục thầm Trung đã chịu đấm ăn xôi chỉ để được chở mình đi một quãng đường chứ làm sao biết trước sẽ được mời uống nước. Lan tự nhiên thấy vui trong lòng. Đã có người phải chịu nhục để được ngồi cạnh mình vài phút.

- Trung úy ...

- Xin bà gọi tôi là Trung!

Lan nhíu mày.

- Như vậy quá thân mật, tôi và trung úy mới gặp nhau lần đầu và đã gặp nhau trong trường hợp không được mấy vui. Bây giờ trung úy đã biết tôi là đàn bà có chồng, trung úy còn muốn chở tôi đi không?

Nhấp một hụm nhỏ, Trung đặt ly xuống bàn, nhìn thẳng vào mắt Lan, vẫn cái nhìn soi mói khi nãy trong sân cờ. Lan bối rối quay mặt đi chỗ khác. Thấy xung quanh chỉ có vài người ngồi khá xa, Trung hạ giọng bảo.

- Lúc nãy khi mới gặp, tôi thật tình chỉ muốn tán bà vì bà đẹp, thật đẹp (Lan đỏ mặt lên khi nghe vậy). Bây giờ thì tôi biết bà có chồng cũng lính tráng như tôi và đã mất tích, tôi kính trọng bà và nhìn bà với cái nhìn khác. Tôi muốn tìm hiểu thêm về bà (Lan nhíu mày), ấy, xin bà đừng hiểu lầm. Tôi chỉ muốn tìm hiểu về tâm trạng của một người đàn bà có chồng đi lính rồi không về, cái tâm trạng cô đơn, mòn mỏi chờ đợi. Nói thật bà, một phần tôi làm thế để hiểu rõ thêm cái tâm trạng của một người con gái tôi quen dưới Sài Gòn. Đã cả năm nay chúng tôi chưa gặp lại nhau. Ít ra cô ấy biết tôi hãy còn đây nhưng có cả ngàn cây số đường trường giữa hai chúng tôi, cả thân phận lính tráng không biết lúc nào mình nằm xuống. Không! Tôi không tội nghiệp cho cá nhân tôi, tôi chỉ thương cho người chờ đợi và muốn thấu hiểu tâm trạng của cô ấy.

Lan sững sờ nghe. Lời nói của người trung úy trẻ đã làm Lan thay đổi cái nhìn về anh ta. Từ một người lính ngổ ngáo thích chim gái sang một người có suy nghĩ sâu xa, biết quan tâm về người khác.

- Trung úy nói thêm cho tôi về người yêu của trung úy.

- Người yêu? Chữ nghe hay quá nhưng gói ghém nhiều đau khổ hơn là vui sướng. Bà đồng ý với tôi? Người yêu hôm nay nhưng ngày mai có còn là người yêu không? Chúng tôi quen nhau từ khi là sinh viên nhưng tôi phải nhập ngũ rồi bị đưa về đây. Cô ta ở lại với gia đình. Cha mẹ cô ấy không thích tôi mấy vì cái tính của tôi, như bà thấy lúc nãy (Lan mỉm cười). Họ muốn con gái họ làm dâu chỗ nào danh giá hơn là làm vợ một thằng lính. Họ xem tôi như đũa mốc mà muốn trèo mâm son. Giờ tôi đi rồi hẳn họ mừng lắm vì xa mặt cách lòng, họ mong vậy. Không có tôi bên cạnh rồi tình cũng phai đi. Nàng viết thơ cho tôi, kể lể nào là nhớ nào là buồn, ngày ngày mong đợi tôi trở về. Vì vậy tôi muốn rõ tâm trạng của người chinh phụ dù nàng chưa, và có lẽ sẽ không bao giờ, làm vợ tôi để hiểu được lòng mong nhớ của nàng.

Lan cúi nhìn lớp đường đóng dưới đáy ly nước. Đường đã lắng xuống sau khi bị khuấy, lòng người có lắng sau cơn bão tố lòng? Lan tự vấn và nhận thấy cơn bão tố trong lòng mình đã qua. Lòng căm thù chị và chồng và bẽ bàng về mối tình tội lỗi của họ đã phai mờ theo thời gian, đã đạt đến cái giới hạn của nó. Tình yêu cho chồng Lan cũng đã phần nào giảm bớt dù những kỷ niệm đẹp của mối tình học trò trong trắng ngày nào vẫn còn hằn sâu trong đầu. Lan không muốn nói thật với Trung là mình mỗi tháng đến bộ chỉ huy trung đoàn hỏi tin tức chồng chỉ vì tội nghiệp và vì bổn phận vợ chồng hơn là vì tình yêu. Tình yêu dành cho chồng đã bị sứt mẻ từ trước nên Lan đã sững sờ hơn là đau đớn khi nhận được tin chồng mất tích. Cái tâm trạng của một người đàn bà có chồng đi lính rồi không về, cái tâm trạng cô đơn, mòn mỏi chờ đợi mà Trung vừa nói đó đã không hiện hữu trong lòng Lan vì sau khi chồng đăng lính, Lan không chắc mình còn muốn gặp lại chồng, thế nên không thể tả cho Trung nỗi lòng của người chinh phụ.

Hai người ngồi im không nói gì như đang theo đuổi ý nghĩ riêng tư trên hai con đường khác nhau mà sẽ phải có một giao điểm nhưng khác góc cạnh, đồng cảnh ngộ nhưng khác biệt căn nguyên.

Tiếng người đàn bà chủ quán mắng đứa con lôi hai người trở về thực tại. Lan đứng lên nói phải đi về, cám ơn người trung úy chở đến đây.

- Tôi tưởng bà cần đi chợ, nếu không xin để tôi chở về nhà.

- Tôi quên mất mình cần mua gì sau khi nghe trung úy kể chuyện. Thôi, để khi khác.

- Bà đi chợ cũng như tôi đi qua phòng tiếp vận.

Lan phì cười trước câu nói đùa có duyên đó xong nhờ chở về nhà. Trung đứng bật dậy, nét mặt tươi lên thấy rõ.

- Vậy thì mời bà ra xe. Tài xế đã sẵn sàng.

Về đến đầu ngõ, Lan bảo Trung ngừng lại.

- Bà cần tôi đưa vào tận nhà không?

- Thôi! Cám ơn trung úy nhiều. Chúc trung úy sớm về Sài Gòn gặp lại người yêu.

Rồi Lan gặp lại Trung chỉ mấy ngày sau. Buổi chiều hôm đó không có lớp dậy, ở nhà Lan đang ngồi sửa bài học trò bên bàn ăn cạnh cửa sổ. Qua bức màn che, Lan thấy có bóng ai lờ mờ bên ngoài, đi tới đi lui trong con hẻm, nghĩ chắc ai đang đi tìm nhà. Điều đó cũng thường vì con ngõ khá dài, nếu lạ đường sẽ dễ bỡ ngỡ. Hé bức màn nhìn ra ngoài, Lan thấy Trung trong bộ quần áo thường phục, tay thọc túi quần đang đứng nhìn quanh quẩn. Lan giật mình vội kéo màn che lại. Đoan chắc Trung đến tìm mình nhưng Lan ngại không muốn ra gọi. Trốn sau bức màn được một phút, Lan hé nhìn lại ra ngoài thấy Trung vẫn còn lảng vảng xong nghĩ sao kéo màn cửa hẳn sang một bên gọi với ra ngoài.

- Trung úy tìm ai thế?

Trung nhoẻn miệng cười thật tươi đi lại gần cửa sổ.

- Tôi đi tìm nhà một người bạn, đang tìm không ra thì tình cờ gặp bà, may quá. Nhờ bà chỉ đường cho tôi.

- Trung úy có bạn ở trong này? Tôi không biết. Hôm nọ trung úy không nói, mà người đó ra sao? Lan ngạc nhiên, thành thật hỏi.

Nụ cười trên mặt Trung trông tươi hơn lên rồi bắt đầu tả hình dáng người bạn. Nghe một đỗi Lan mới nhận ra là Trung đang tả mình bèn trả đũa.

- Không! Trong xóm này tôi chưa hề thấy ai giống cái người bạn của trung úy. Xin lỗi tôi không giúp được. Trung úy cảm phiền đi hỏi người khác.

Nụ cười trên mặt Trung tắt đi.

- Nếu bà không giúp được thì tôi chịu. Bà ở trong này mà không biết thì còn ai khác biết.

Nói thế nhưng Trung vẫn còn đứng đó, tay trong túi quần, chân không buồn bước đi. Lan định kéo màn che lại ngồi xuống chấm bài tiếp nhưng nghĩ sao lại mời Trung vào nhà. Vào đến trong, Trung quan sát rồi hỏi.

- Hai bác có nhà không bà?

- Trung úy biết cha mẹ tôi?

- Không! Nhưng nhìn thì biết bà còn ở với cha mẹ. Cái áo dài thâm treo trên mắc, chắc của bác gái. Cái mũ phớt đàn ông đằng kia và cái dọc tẩu thuốc lào là của bác trai. Hình người đàn ông trên tường (chỉ tấm hình chồng Lan trong bộ quân phục) là hình chồng bà.

Nói xong Trung tự tiện ngồi xuống ghế, nói tiếp.

- Tôi chưa có dịp hỏi bà về anh ấy. Anh cấp bậc gì,

tên gì và mất tích trong trường hợp nào. Dù tôi mới thuyên chuyển về đây nhưng tôi đã nghe kể lại về những lần đụng trận.

Lan nói cho Trung tên chồng và cấp bậc, kể lại những gì bộ chỉ huy trung đoàn cho gia đình biết. Trung ngồi im nghe dáng điệu trầm ngâm.

- Vậy thì tôi cũng chẳng biết gì hơn bà. Những cái tôi biết bà đều biết cả. Tôi về đây mới năm trước, sau vụ đụng độ đó. Tôi nghe nói đánh dữ lắm, không phải đánh với tụi du kích địa phương mà là chính quy từ ngoài đó vào rất đông, tiếp viện lên không kịp nên cả trung đội anh bị tụi nó đánh tan, chỉ còn một tiểu đội mò về được, tổn thất khá cao. Xin thành thật chia buồn với bà và chúc anh ấy bình an. Biết đâu nay mai hai bên trao đổi tù binh thì anh được thả.

Đúng, Trung chả biết gì hơn Lan ngoại trừ trường hợp Trung có những tin kín mà không được phép tiết lộ. Lan không hỏi tới, nhìn chồng vở học trò mình đang chấm điểm trước khi bị gián đoạn, chỉ còn hai ba tập nữa là xong.

- Trung úy dùng tách trà với tôi.

Lan nói xong không chờ câu trả lời, đứng lên đi vào trong rồi vài phút sau trở ra với khay trà trên tay.

Trong khi Lan rót trà ra tách, Trung kín đáo quan sát. Người đàn bà không giống như những người đàn bà khác đến trung đoàn hỏi thăm tin tức chồng. Họ khóc lóc, rên rỉ, năn nỉ, họ mắng nhiếc, chửi bới, họ buồn bã đến độ trông khủng hoảng. Lan thì khác, bình tĩnh đến độ dửng dưng như đến hỏi tin ai khác chứ không phải chồng mình đến độ không có gì ra vẻ một người chinh phụ.

"Có lẽ bà ta đã mất hết hy vọng nên mới ra thế", Trung nghĩ.

- Mời trung úy dùng trà, Lan đặt một tách trước mặt Trung.

- Cám ơn bà. Tôi phiền bà quá!

Lan cười lên.

- Trung úy biết trước là sẽ phiền tôi trước khi đến đây mà.

Cái gật đầu là một thú nhận.

Không biết nói chuyện gì, hai người chìm trong im lặng. Thỉnh thoảng chỉ có tiếng đặt tách xuống dĩa con, tiếng canh cách vang lên trong căn nhà. Một đỗi sau, Trung đứng lên xin kiếu từ.

- Sao về sớm thế! Chắc trung úy phải đi phòng tiếp vận nữa, hỉ.

Lan nhắc lại cái lý cớ của Trung hôm nọ, trung úy ngồi lại thêm vài phút, kể cho tôi nghe thêm về cái cô bạn gái của trung úy trong Sài Gòn đi. Thế là Trung nán lại kể cho Lan nghe về người thiếu nữ sinh viên đang học Văn Khoa.

Sau lần gặp lại tại nhà Lan, Trung không trở lại. Có lúc Lan muốn đến trại trung đoàn giả vờ hỏi tin chồng nhưng để thấy lại người trung úy. Thường thì Lan ghé lại đó mỗi hai tháng nhưng bây giờ muốn đến thường hơn nhưng vẫn còn ngại. Rồi đến ngày đó, Lan đến bộ chỉ huy trung đoàn như thường lệ mà vừa vào đến sân cờ đã dáo dác nhìn quanh xem có Trung đứng đâu đây nhưng rồi lại thất vọng khi không thấy. Đến gần văn phòng, Lan chùn chân. Vào làm gì, cũng chỉ để nghe người ta nói chúng tôi vẫn không có tin tức gì, xin chia buồn với bà, vả lại mục đích chính đến đây là tìm ai khác mà. Trong khi kín đáo đưa mắt nhìn quanh tìm Trung, Lan để ý thấy hình như trong này bớt người bớt vật, những người lính trẻ hôm nay biến đâu mất, ngay cả nhiều quân xa cũng vậy. Lan kết luận trung đoàn đang có hành quân hay bổ xung cho mặt trận nào rồi Lan chợt thấy lo. Ngoài chiến trường đạn bay, bất cứ gì cũng có thể xảy ra. Lan thầm cầu nguyện trong đầu cho người sĩ quan trẻ an toàn trở về.

Ra đường Lan đi về hướng chợ. Đến gần ngã tư đường, nơi hai hàng cây phượng vĩ bắt đầu đi dài xuống phố, Lan đi lại ngồi xuống cái băng gỗ để nghỉ chân vài phút. Vào tháng này trời hơi lạnh nhưng đi bộ một quãng khá xa, lưng bắt đầu rịn mồ hôi. Cầm cái nón lá phe phẩy, Lan dựa lưng lên thành ghế. Ngọn gió thổi nhè nhẹ thật dễ chịu. Cũng giống như ngọn gió ngày nào thổi mái tóc thề cô học sinh trên chiếc xe đạp cũng trên con đường này đến trường, sau lưng là một người con trai đạp xe ngắm nhìn cái eo thon trong chiếc áo dài trắng tà tung bay trong gió. Đã gần hai mươi năm trời nhưng những kỷ niệm xưa chỉ mới như ngày hôm qua. Có những buổi chiều hai người dắt xe đi sóng vai, đi thật lâu trong im lặng không biết nói gì. Một cảm giác thật đẹp, thật êm đềm.

Lan nhìn con đường đi thẳng tắp về cuối phố. Không biết những con đường bên Paris có đẹp như con đường với hai hàng phượng vĩ này không mà sao chồng và chị Hương chiều chiều cũng sánh vai nhau đi dạo. Qua những lá thơ chồng gởi về tả lại thì những con đường Paris rất là thơ mộng và tình tứ với những cặp trai gái dắt tay nhau đi, ôm nhau thật chặt. Anh ấy còn nói phải chi có em bên này với anh để mình cùng đi như người ta. Nói vậy chớ anh có cần em đâu. Anh đã có chị Hương rồi. Anh và chị cũng đi như người ta, cũng tay trong tay mắt trong mắt. Trong mắt anh chỉ có chị Hương và trong mắt chị chỉ có anh trong khi em bên này ngày ngày thương nhớ anh, xây lên mộng đẹp cho ngày anh về.

"Mình rồi cũng phải bỏ đi làm lại cuộc đời chớ ở đây mãi đâm khùng," Lan nghĩ xong buồn bã đứng lên thả bước.

Ngọn gió chiều chợt trở lạnh. Lan rùng mình.

. . .

Vài ngày sau Trung trở lại con ngõ nhỏ. Rất vui trong lòng nhưng Lan phải cố ra mặt tỉnh không vồn vã. Vào trong nhà, Trung đặt một gói giấy lên bàn nói có ít quà tặng hai cụ, ít bánh đậu xanh và mứt dùng khi uống trà. Lan cảm động về món quà nhưng lại cảm động hơn khi Trung ra xe rồi trở lại với một bó hoa lây-ơn trên tay.

- Xin tặng bà bó hoa. Tôi mong bà thích hoa lây-ơn, tôi không muốn tặng hoa hồng vì sợ bà hiểu lầm.

Lan cảm động và quá xúc động không biết nói sao, từ ngày lấy chồng đến nay chưa bao giờ được ai tặng hoa. Đỡ lấy bó hoa từ khách mà tay Lan run lên, miệng lí nhí cám ơn rồi hỏi Trung về sự vắng mặt. Đúng như Lan đoán, trung đoàn có cuộc hành quân nhưng chỉ có vài đụng độ nhỏ. Khi nghe Lan nói đã đoán thế và lo lắng trong lòng mấy ngày qua, Trung ra chiều cảm động. Vẻ ngáo ngổ trên khuôn mặt lính chiến dày dạn sương gió biến đi mất, thay vào đó là nét thư sinh của một sinh viên

Sài Gòn.

Thời giờ còn lại buổi chiều hôm đó, hai người dọ hỏi về nhau, về nghề dạy học của Lan, về gia đình Trung dưới thủ đô. Càng nói chuyện với Trung, Lan càng cảm thấy mến người sĩ quan trẻ hơn, thật bặt thiệp, có duyên, có học và tỏ ra là người biết nhiều. Tuy nhiên, trong những lời Trung kể, Lan nhận thấy cô sinh viên dưới Sài Gòn ít được nhắc đến. Thật lạ, không biết người con gái đó có thật hay Trung dựng lên để có cớ bắt chuyện hôm gặp lần đầu.

- Tôi không muốn tọc mạch nhưng dường như Trung (Lan đã bỏ cái tước hiệu trung úy) tránh nói về cô ấy thì phải. Tôi cứ tưởng những người lính trẻ có người yêu thích kể về người ấy lắm. Nếu Trung không muốn kể thì thôi.

Ngần ngừ vài giây rồi Trung kể cho Lan nghe từ lúc mới quen cô ta trong trường cho đến ngày xách gói đi quân trường rồi kết luận.

- Đúng! Tôi tránh kể về cô ta vì linh tính tôi báo tôi biết chuyện của chúng tôi rồi cũng chả đi đến đâu. Đã đến cuối đường rồi, một con ngõ cụt không lối ra. Tôi dám cá với Lan là độ vài tháng nữa tôi sẽ nhận được thiệp mời đi ăn cưới cô ta. Chú rể chắc phải là kỹ sư du học ngoại quốc về hay nếu là lính cũng ít nhất là đại úy ngồi bàn giấy ở Sài Gòn. Tôi không cay đắng, chỉ chấp nhận thực tế.

Lan cũng nhận thấy thái độ của Trung không có gì là cay đắng nhưng đoán vì là người tự trọng nên giữ cho mình những cảm nghĩ riêng tư, không chia sẻ với ai.

Khi Trung ra về, Lan đưa khách ra tận đầu ngõ, không quên dặn khi nào rảnh ghé lại. Nhưng Trung chưa kịp trở lại thì Lan đã đến bộ chỉ huy trung đoàn tìm Trung dưới cái cớ hỏi thăm tin tức chồng nhưng lại thất vọng khi không thấy bóng dáng Trung đâu. Bỏ ra cả nửa ngày để lên đến tận đây mà không gặp được, Lan đâm giận dù biết cái giận đó vô lý nhưng rồi cái giận ấy tan đi thật nhanh khi vừa đi một quãng khá xa cổng trại thì thấy Trung ngồi trên chiếc gắn máy chờ. Lan đi vội đến trên môi nở một nụ cười xong tự nhiên vén tà áo dài rồi leo lên ngồi sau. Đến một ngã tư đường đèn bật đỏ, Trung thắng gấp làm Lan ngã lên lưng người lái.

"Lại ngã lên lưng một người đàn ông, chắc có điềm báo gì? Lại giống như bao năm về trước!" Lan nghĩ rồi cười thầm.

Về đến nhà, Lan nói mời Trung tối đến nhà ăn cơm. Tối Trung đến ăn mặc thường phục chững chạc, cúi đầu chào cha mẹ Lan thật lễ phép. Tuy không hài lòng trong bụng nhưng thấy con gái mình vui ra mặt, cha mẹ Lan cố làm mặt niềm nở ra tiếp khách.

Sau bữa cơm, trong khi Lan và mẹ dọn dẹp bên trong, ông cụ Lan và khách ra phòng ngoài nói chuyện. Cũng như Lan, ông chẳng mấy chốc có cảm tình với Trung vì lối ăn nói lễ phép và kiến thức rộng. Đến chín giờ thì Trung đứng lên kiếu từ, nói đã khuya phải về trại, Lan sáng mai còn phải đi dạy và ông cụ đi làm. Trung trong lòng rất muốn mời Lan đi ăn chè nhưng e bị cho là đường đột nên chờ lúc Lan tiễn ra đầu ngõ mới ngỏ lời mời tối mai. Ngại bị cha mẹ mắng mình là đàn bà có chồng mà còn đi chơi với trai, Lan bảo Trung chiều mai đến trường đón sau khi tan trường.

Đúng bốn giờ chiều hôm sau Trung đã có mặt ngoài cổng trường đón Lan và đưa đến một quán chè gần bờ sông. Dưới tàng cây dừa buổi chiều gió hôm ấy, Trung đã hôn Lan lần đầu, một nụ hôn thật đắm đuối và Lan đã chấp nhận và hôn lại cuồng nhiệt không kém. Cái hôn của Trung làm dậy lên trong lòng Lan một cảm giác yêu đương mà Lan tưởng đã chết từ bao năm nay và Lan không hề thấy xấu hổ như là mình đã phản bội chồng.

B.N. Khôi

13

Chiếc xe Jeep xuống đến ngã ba đường thì ngừng lại. Quang thò đầu ra nhìn lên Đỉnh đồi Nguyện. Người đàn bà vẫn còn đứng ở ngưỡng cửa co ro trong chiếc manteau sờn vai. Quang muốn đưa tay lên vẫy nhưng kềm lại.

"Nguyện không muốn mình," Quang nghĩ, trong lòng buồn bực phóng xe thật nhanh như một người điên trong khi trên kia Nguyện buồn bã đi vào trong nhà.

Biết Quang giận mình khi Nguyện nói vẫn muốn ở một mình, chưa muốn Quang dọn về ở chung dù hai người đã thành tình nhân. Đêm hôm qua Quang đến thăm. Hai người đã thức khuya hàn huyên tâm sự, thổ lộ cho nhau những cảm nghĩ sâu đậm và đã làm tình với nhau lần đầu. Từ ngày mất người tình bao năm về trước, Nguyện bây giờ mới thấy được ánh sáng hạnh phúc.

Quen nhau một thời gian, Nguyện thấy Quang là một người đàn ông thành thật và dịu dàng nhưng hơi quá giàu tình cảm và dễ xúc động Đến sáng đang ngồi ăn điểm tâm, Quang ngỏ ý muốn dọn về nhưng Nguyện nói thẳng không chịu, vào lúc này chỉ thích ở một mình, chưa sẵn sàng chia xẻ không gian của mình với ai. Nghe vậy

Quang có vẻ giận, ngồi im, uống hết tách cà phê rồi đứng lên ra về.

"Hy vọng Quang không đến nỗi trẻ con," Nguyện mong thầm.

Quang không giận lâu. Buổi chiều Quang trở lại và hai người đã không đả động gì đến chuyện ở chung. Nguyện nghĩ Quang đành chấp nhận đòi hỏi và muốn tỏ ra kiên nhẫn để chứng tỏ lòng mình nhưng đồng thời phần nào thấy tội nghiệp cho Quang chỉ vì mình mà đã bỏ cô bạn gái để đi yêu một người đàn bà lớn tuổi hơn.

Ăn xong Quang dành rửa chén đũa. Trong khi quét nhà, Nguyện nhìn người tình đứng bên bồn nước tay cầm bùi nhùi chùi nồi trong đầu nghĩ Quang có thể là một người chồng giỏi. Nguyện biết Quang yêu mình đến độ sẵn sàng cưới ngay nhưng bản thân mình chưa sẵn sàng lập gia đình vào lúc này. Có gì nằm sâu trong lòng Nguyện ngăn cản. Biết đâu người yêu cũ trở về. Một hy vọng hão huyền. Nhưng nếu người ấy trở về thì trở về với ai, với người tình cũ hay người vợ xưa? Năm năm ở trên này, Nguyện thấy đã đến lúc mình dứt khoát với quá khứ để làm lại cuộc đời, đã đến lúc mình hưởng lại hạnh phúc và đem hạnh phúc cho người khác.

- Mấy cái nồi này xếp đâu đây? Quang lên tiếng hỏi.

Nguyện đi lại đứng sau lưng Quang, vòng hai tay ra trước ngực, áp má lên lưng khen, anh giỏi quá.

Quang buột miệng nói, giỏi chưa đủ để được phép về đây lo cho Nguyện mỗi ngày, xong vội quay lại xin lỗi.

- Bậy quá, anh không nên đem chuyện đó ra nói.

Nguyện cười dung thứ, đi lại bếp nhấc ấm nước đã

sôi đổ vào bình trà.

Bên ngoài mặt trời đã tắt ánh nắng. Tối ập đến thật nhanh. Nguyện đem bình trà và hai cái tách ra phòng vẽ đợi Quang ra theo sau khi đã xếp nồi niêu gọn ghẽ.

Từ ngày quen nhau, mỗi lần Quang đến chơi hai người thường ra phòng vẽ của Nguyện để uống trà hay cà phê và nói chuyện cho qua đêm, có khi nói về hội họa, văn chương, phim ảnh, rồi đổi đề tài sang nói chuyện đời, chuyện tình, chuyện thiên hạ. Đây là dịp để hai người tìm hiểu nhau thêm.

Cũng trong phòng vẽ này vào buổi chiều sau khi hai người đi dạo trong khu rừng thông về từ căn nhà trên đỉnh Gió Hú, Nguyện đã được nghe kể lại một phần câu truyện tình cảm của ông Vinh trên báo Tiếng Chuông. Nguyện ngồi im nghe mà trong lòng áy náy. Chuyện xưa nằm dưới đáy tiềm thức cũng như một cuộn phim bị bỏ quên dưới đáy thùng nhưng ông Vinh đã lôi nó ra và cho chiếu lại. Kể xong Quang kết thúc bằng một câu, đời là thế! Nguyện đợi Quang lên án người đàn bà đã cướp chồng của em mình nhưng Quang không nói gì. Nguyện muốn hỏi vô cùng cảm tưởng của Quang về những nhân vật trong truyện, nhất là về người đàn bà tội lỗi nhưng kềm lại, e phải nghe những cái mình sợ nghe, những cái mình cố quên từ bao năm qua nhưng cái thắc mắc đó thôi thúc Nguyện mãi. Chẳng đặng đừng, mấy ngày sau khi có dịp, Nguyện nhắc lại câu truyện ngoại tình và hỏi cảm nghĩ của Quang.

Câu trả lời đến sau một im lặng dài suy nghĩ.

- Mình không ở trong cuộc, không ở trong ý nghĩ người ta biết được ai có lỗi. Dĩ nhiên người đời sẽ vội vàng kết luận ai là lỗi ai là nạn nhân. Biết được ai là nạn nhân ai là có tội. Quang chắc đa số sẽ nói người đàn ông ngoại tình và người tình của ông ta là có tội vì họ đã phá hoại gia cang, gây đau khổ cho người khác trong khi đó thì người vợ của người đàn ông ngoại tình là nạn nhân vì bà ta bị gây đau khổ. Có ai cho là người đàn ông ngoại tình đó chính là nạn nhân của sự cám dỗ và đã thua vì không chống chỏi lại được. Người tình của ông ta cũng là nạn nhân của sự cám dỗ đó. Cả hai đều là nạn nhân của lửa lòng của họ, đã quá yếu đuối không chống chọi lại được lòng ham muốn, chính họ rồi cũng bị đau khổ và dằn vặt không ít vì hành động của họ. Có lẽ Quang ngụy biện nhưng thấy trong cuộc tình của họ, họ đau khổ nhiều hơn là hạnh phúc. Thế Nguyện nghĩ sao?

Bị hỏi ngược bất ngờ, Nguyện ấp úng đáp.

- Đồng ý ... thật là khó biết ai là nạn nhân ai là thủ phạm.

Trong ánh nến lu mờ trong căn phòng vẽ bé nhỏ, Quang không thấy mặt Nguyện đỏ lên xấu hổ vì chính câu trả lời thiếu thành thật của mình.

. . .

Mặt trời đã lú lên khỏi đầu rặng cây thông sau nhà. Nguyện đang đứng trước sân nhà, đưa tay lên nhìn đồng hồ. Đã gần trưa. Quang còn ở trong soát lại giỏ đựng thức ăn và túi cứu thương. Nguyện đi trở lại ngưỡng cửa nói với vào trong.

- Trời ơi! Lính tráng gì chậm như rùa. Gần trưa rồi.

- Cho vài phút đi. Mình phải xem kỹ lại có thiếu gì không chứ. Chả lẽ đến đỉnh đồi khám phá ra quên đem chai xì-dầu lại trở về lấy.

Tối hôm qua, Quang đề nghị hai người đi píc níc trên đồi Mộ mà Nguyện chưa bao giờ có dịp đi. Ngọn đồi này nằm khá xa sau đỉnh Gió Hú nhà ông Vinh. Từ ngày về đây năm năm về trước, Nguyện đã nghe nói ngọn đồi này rất đẹp nhưng không dám đi một mình vì cái tên nghe rợn tóc gáy. Ngoài ra đồi rất cao, cây cối um tùm, ít ai đến chơi. Dường như chỉ có mấy người thiểu số lên đó để săn. Sau khi quen Trọng, Nguyện đòi hắn dẫn lên đó chơi nhưng tên này cũng ngại không dám đi, viện cớ nghe nói bên đó có thú dữ. Bây giờ chợt nhớ lại, Nguyện kể lại cho Quang những gì trước kia nghe được về ngọn đồi đó.

- Mình phải đi xem con suối chảy từ đỉnh đồi xuống, đi xuyên qua rừng thông xuống đến chân đồi. Nghe nói thì dọc theo con suối đó có nhiều loại hoa rừng đủ màu khác nhau, ở trên đỉnh đồi thì cả một rừng hoa vàng rất đẹp trông như một biển hoa. Vào trong rừng thì hoa ít đi vì thiếu ánh sáng mặt trời và không khí ẩm thấp nhưng có những loại cây khác, mảnh dẻ hơn nhưng cũng rất đẹp. Có một loài hoa màu xanh lơ đẹp lắm. Ông Thăng có lần lên đó chụp mấy tấm slides chiếu lại cho xem, nhìn mê luôn. Xuống đến chân đồi thì lại có những thứ hoa và cây khác vì đất có nhiều đá và nhiều cỏ, cây dưới chân đồi nhiều lá xanh hơn là hoa.

Nghe Nguyện say mê kể, Quang cảm thấy kích thích bởi cái đẹp thiên nhiên, đồng ý đến đó để ngắm cảnh.

Rồi Nguyện ngập ngừng nói.

- Nhưng nghe nói có cọp beo trên đó. Ông Thăng và ông quận khi lên đó đã phải đem theo lính và súng.

Quang mỉm cười, đi lại cái túi khoác vai thường đem theo mỗi lần đến thăm Nguyện, mở lôi ra một khẩu súng Colt còn nằm trong bao, giơ lên nói.

- Có cái này thì không sợ.

Nguyện nhíu mày.

- Cứ tưởng Quang ghét súng ống.

- Đúng! Mình đeo súng nhưng không bắn vô cớ, cần nó để phòng thân thôi, như sáng mai chẳng hạn. Vả lại mình đi xe Jeep, leo dốc khỏe hơn xe nhà.

Để chuẩn bị cho chuyến píc-níc, đến tối Nguyện chịu khó đi thổi một nồi xôi lạp xưởng trong khi Quang xem xét lại túi cấp cứu y khoa cho đầy đủ không thiếu một cái gì. Đã sắp xếp như thế mà sáng hôm sau Quang lại xem lại kỹ lưỡng, đổ cả túi ra xem lại từng thứ làm Nguyện sốt ruột nhất là vì hai người dậy trễ.

Sau cùng mọi thứ sẵn sàng, Quang vai khoác túi cứu thương, hông đeo súng, tay xách giỏ đựng thức ăn trong khi Nguyện tay không tung tăng đi trước ra xe như một đứa trẻ, trong lòng háo hức. Đây không phải là lần đầu đi picnic với Quang nhưng Nguyện tự nhiên hôm nay cảm thấy yêu đời vô cùng. Sáng nay trong khi sửa soạn, Nguyện nhắc lại là hai người phải đi xem con suối xong đi xem hai cái mộ của cặp vợ chồng người tây. Quang cười lên, bảo Nguyện cứ như trẻ con thì bị đấm lên lưng mấy cái nhưng Nguyện ngẫm nghĩ thấy Quang nói đúng, từ tối đến giờ thấy mình như trẻ đi rất nhiều, cảm tưởng mình còn như con gái mười bốn mười lăm náo nức đi chơi.

Đến nơi, Quang xuống xe đi bộ lại con đường đá đi lên đồi, ngắm nghía một lát rồi trở lại xe nói có thể lái lên được một khúc nhưng sau đó sẽ phải xuống đi bộ vì càng lên cao thì cánh rừng thông sẽ càng dày đặc cây cối hơn và con đường rồi sẽ tắc nghẽn. Nguyện xác nhận điều đó là đúng vì ông Thăng cũng nói thế xong chặc lưỡi nói mình quên ghé nhà ông Thăng để hỏi thêm về địa thế trước khi đi.

Hai người bắt đầu lái xe lên con đường khá dốc. Mới đi lên, mặt đường gồ ghề đá, xe đi lắc lư làm người tưng lên tưng xuống khiến Quang tuyên bố.

- Đi chơi chuyến này về mông sưng lên thật to.

Chợt Quang bẻ quặt tay lái rồi đạp thắng thật gấp. Nguyện ngã chúi về phía trước đầu suýt va vào kính xe. Khi hoàn hồn lại Nguyện thấy khúc đường trước mặt bất thần rẽ trái. Nếu thắng không kịp xe sẽ lao xuống vực. Bánh xe cách mép đường không được một thước, từ trên này nhìn xuống thấy được mặt đất tuốt ở dưới. Tuy vực không cao lắm chỉ khoảng mấy chục thước nhưng đủ để Nguyện thấy sợ, hai bàn tay rịn mồ hôi. Nhìn sang bên cạnh Nguyện thấy Quang mặt vẫn bình tĩnh, chân đạp ga. Chiếc xe Jeep từ từ lăn bánh leo tiếp con dốc.

Đúng như lời Quang nói, càng lên cao thì khu rừng thông càng trở nên dày đặc. Mặt đất không còn nhiều đá nhưng bị nhiều lá và những cành cây nhỏ gẫy rụng từ trên rơi xuống che kín. Không khí bắt đầu lạnh hơn. Nguyện kéo hai vạt áo manteau trước ngực cho chặt lại để giữ hơi ấm. Đi vào sâu trong rừng, con đường đất hẹp dần đi cho đến khi hai người thấy tự nhiên nó biến mất, thay vào đó là một thân cây thật to đổ xuống nằm chắn ngang. Quang nói đến lúc mình phải cuốc bộ rồi. Hai người xuống xe xách theo túi cứu thương và giỏ thức ăn rồi bắt đầu đi theo con đường mòn sâu vào trong khu rừng thông. Cảnh vật trong này thật tĩnh mịch, chỉ thỉnh thoảng có tiếng chim kêu đâu đó. Nguyện thấy hơi rờn rợn, đi sát vào Quang hơn. Bỗng nhiên đâu đó có tiếng sột soạt như có ai hay con thú nào đang dẫm lên lá làm Nguyện giật mình, nắm chặt lấy tay Quang. Hai người ngừng chân, đứng im đó gióng tai lên nghe động tĩnh nhưng chả có gì.

Đi được một đỗi Nguyện chỉ cho xem một giòng suối mặt nước lấp lánh sau mấy tảng đá xa xa.

- Suối kìa Quang, mình lại đó nghỉ chân.

Đến gần Quang thấy con suối thật đẹp và nên thơ. Giòng nước chảy uốn éo vòng quanh những tảng đá và những ụ đất nhô ra trên có nhiều đóa hoa rừng mọc thật dễ thương. Tiếng nước chảy róc rách nghe rõ mồn một trong khu rừng yên tịnh. Quang tiến lại gần một đóa hoa xanh lơ hỏi Nguyện.

- Đây là hoa xanh nổi tiếng mà Nguyện ca tụng mãi, phải không?

Mặt Nguyện tươi lên.

- Đúng! Bây giờ mới thấy nó tận mắt.

Bàn tay Quang vừa đến gần đóa hoa thì Nguyện la lên.

- Đừng hái!

Quang cười.

- Bà nghệ sĩ thương cây cỏ gớm.

- Hoa đẹp để mặc nó đó đẹp hơn. Hái đi rồi nó sẽ chết, mất đẹp. Thiên nhiên đẹp ra sao mình cứ để yên mà hưởng, đừng xen vào làm đảo lộn đi hết.

Quang lục túi xách lấy ra một cái máy ảnh, bảo Nguyện lại ngồi lên tảng đá gần hoa để chụp vài tấm. Nhìn gros plan Nguyện trong ống kính cạnh đóa hoa rừng xanh, Quang thấy người yêu mình hôm nay có nét đẹp man dại không kém bông hoa rừng mọc bên ghềnh đá. Không son phấn, không chải chuốt, tóc bay trong cơn gió thoảng qua. Đôi mắt Nguyện với cái nhìn nồng nàn, đôi môi hơi nhếch lên bên mép như khiêu khích, chỉ khác bông hoa dại ở chỗ cái đẹp man dại của Nguyện không mảnh dẻ như cái đẹp rừng rú của đóa hoa. Một ngọn gió mạnh thổi qua có thể làm rụng những cánh hoa yếu đuối nhưng Nguyện đã không ngã dưới cơn bão tố cuộc đời và Quang yêu Nguyện ở chỗ đó. Quang say mê uống từng nét đẹp của người tình. Trong khi đó Nguyện cũng đang hưởng những giây phút khoái cảm nhìn người yêu say đắm. Quang là gì trái ngược với người tình đầu tiên trong đời Nguyện. Hai tương phản rõ rệt và chính cái tương phản đó đã thu hút Nguyện. Làm sao không nhớ được vẻ dịu dàng yếu đuối của người tình đầu tiên hay tìm một nơi nương tựa tinh thần những khi cô đơn và nhớ nhà và Nguyện đã ban phát lúc đầu như một người chị rồi sau trở thành người tình. Sau khi về nước, người tình đó không muốn đóng vai nương tựa cho người vợ mới cưới mà đã tìm đến Nguyện để tiếp tục mối tình che chở tội lỗi. Vẻ dịu dàng của Quang che dấu một sức mạnh bên trong, một cứng cáp tinh thần để bảo bọc và làm nơi nương tựa cho người khác mà Nguyện cần vào lúc này.

Cất máy chụp ảnh vào trong bị, Quang nói với Nguyện.

- Rửa hình ra cho ông Thăng xem để thấy hình mình chụp đẹp hơn nhiều.

- Sao thế?

- Vì ông ta sẽ thấy trong những bức ảnh của mình có thêm một loài hoa dại mới có lần đầu tiên trong khu rừng này, hoa tuyệt đẹp, không hoa nào đẹp bằng.

Nguyện nhìn quanh.

- Đâu? Hoa dại đó đâu vậy?

Không nghe trả lời, Nguyện quay lại bắt gặp cái nhìn chăm chú của Quang trên mặt mình và Nguyện chợt hiểu rồi đỏ mặt lên, đi lại người yêu đưa tay lên kéo đầu xuống đặt một nụ hôn lên môi.

Trong cái im lặng của khu rừng thông tĩnh mịch, hơi thở của hai người hòa lẫn trong tiếng suối chảy róc rách.

14

Tiếng quạt máy chạy đều đều làm ông Vinh cảm thấy buồn ngủ thêm. Ông cầm ly cà phê đá lên uống nốt những giọt nước cuối trong ly. Chất đường trên đầu môi ngọt lịm, ông liếm mép. Tờ giấy trên mặt bàn vẫn còn trắng xóa. Ông ngồi bên bàn viết đã lâu mà vẫn chưa viết được chữ nào. Ý tưởng viết tiếp câu chuyện Thuận và Hạnh trở lại với ông từ lâu. Mấy tuần nay ông cố sắp xếp nội dung câu chuyện trong đầu cho mạch lạc theo ý muốn rồi trưa nay trong giờ cơm ông tạt ngang tòa báo nói tên chủ bút ông sẽ viết tiếp. Tên chủ bút mừng ra mặt. Hắn bảo đã nhận được không biết là bao nhiêu thơ của độc giả hỏi khi nào truyện sẽ được đăng tiếp. Hắn hỏi ông tại sao ông đổi ý. Ông nói láo, bảo đang rảnh không có gì làm nên viết tiếp nhưng trong thâm tâm ông muốn lôi Lan ra để gặp lại. Ông biết sẽ cần viết gì để gây được phản ứng nơi Lan. Cái kế của ông thật là thần diệu vì chỉ hai ba tuần sau khi truyện tái đăng, ông nhận được thơ của Lan, cũng do tòa báo chuyển như xưa. Ông vội bóc thư ra đọc. Ông ngạc nhiên vì cả lá thơ tuyệt nhiên không một lời lẽ trách móc. Trong thơ, Lan nói đã đọc vài kỳ đăng nhưng sau không đọc nữa vì thấy nó nhàm (viết đến đây Lan đính chính bảo truyện nhàm không phải vì viết tệ mà vì tự dưng mình thấy thờ ơ với tình cảnh của những nhân vật trong truyện). Lan còn nói đã tìm được hạnh phúc mới và còn khoe khi gặp lại, ông sẽ thấy Lan là một con người mới. Không như những thư trước, thư này Lan có kèm theo địa chỉ và nhắn ông viết vài hàng. Từ lúc đọc thư Lan, ông Vinh đâm mất hứng không còn muốn viết tiếp nữa. Đến lúc này ông phải tự thú trong lòng là đã để Lan ảnh hưởng lên việc viết lách của mình. Vì Lan ông đã khai tử cuộc tình tội lỗi của hai nhân vật, sau đó cũng vì Lan mà ông cho nó sống lại và bây giờ lại một lần nữa ông muốn tái khai tử nó cũng vì Lan.

"Cuối thư tôi chúc ông và bà luôn hạnh phúc bên nhau. Tôi cũng chúc Thuận và Hạnh tìm được hạnh phúc của họ để sau khỏi hối hận mình đã đi mãi đến mệt mỏi trên con đường tội lỗi mà vẫn không thấy được cuối chân trời hạnh phúc của họ."

Đọc giòng chữ cuối lá thư của Lan xong, ông nhét vội vào phong bì làm nó nhăn nhúm rồi cất vào ngăn kéo. Nhìn trang giấy trắng tinh trên bàn, ông Vinh có cảm tưởng nó có đôi mắt nhìn thẳng vào mặt ông như thách thức. Ông kéo ghế ngồi lại cho thẳng thắn rồi cầm bút lên. Cái ngòi sắt đặt nhẹ lên mặt giấy rồi nằm ì đó. Ông thở dài, đặt bút xuống, đứng lên đi lại cái mắc áo, quơ áo sơ-mi khoác lên người xong vừa đi xuống cầu thang vừa cài khuy. Nhà dưới im lặng như tờ, bà vợ đi vắng chưa về.

"Mình thấy cần đi bộ một chốc để tĩnh tâm và nghiệm lại câu truyện mới viết tiếp được."

Ông khóa trái cửa xong thọc tay túi quần lững thững đi ra đầu đường. Đến gần rạp xi-nê Khải Hoàn, ông đứng lại nhìn lên mấy tấm hình quảng cáo treo trên tường. Hình một cô đào hát Ấn Độ mặc áo ngắn cũn cỡn hở rốn đứng uốn éo bên cạnh một nam tài tử đeo gươm bên hông đóng vai người hùng. Cả hai đều có một nốt đỏ giữa trán. Ông mỉm cười nhớ lại lần đầu tiên nói chuyện với Nguyện tại bữa cơm nhà bác sĩ Thăng dạo nào. Không biết người đàn bà đó bây giờ ra sao? Lần cuối ông nghe về Nguyện là hôm nói chuyện với Trọng trên đỉnh Gió Hú. Ngày hôm sau ông ghé tìm Nguyện để chào trước khi về Sài Gòn nhưng không thấy ai ở nhà, ông đành ra về mà thấy mang mác buồn trong lòng. Nghĩ thế nhưng trong bụng ông tự an ủi vì biết sẽ có ngày gặp lại Nguyện, có lẽ một ngày gần đây vì hai vợ chồng đã bàn sẽ dọn hẳn lên trên đó ở. Bà Vinh còn đang chạy một vụ và đây là vụ cuối. Xong xuôi cả hai vợ chồng sẽ bán căn nhà dưới Sài Gòn rồi dọn lên Trảng Nguyên. Phần ông cũng đã tính toán tiền hưu bổng thấy sẽ đủ để về hưu. Ngẫm nghĩ một lúc, ông xem đồng hồ tay, mới mười giờ sáng.

"Mình còn cả ngày," ông nghĩ thế rồi đi lại quầy bán vé móc túi lấy mười đồng mua một vé rồi đi vào trong rạp.

. . .

Lan ngồi chờ Trung cũng tại cái quán chè gần bờ sông nơi Lan được Trung hôn lần đầu tiên. Hai người hẹn gặp tại đây gần như mỗi ngày. Hôm nay dạy lớp mười giờ sáng xong Lan đi đến quán chè ngay. Hai người hẹn nhau giờ cơm trưa nhưng Lan lại trước, những lần khác thì Trung là người đợi. Lan lại sớm một phần chỉ có lớp dạy ban sáng nhưng lý do chính vì trong lòng náo nức muốn nói với Trung là đã nói chuyện với cha mẹ nàng thật lâu tối hôm qua về quan hệ giữa hai người. Bao nhiêu năm nay Lan giữ kín không cho cha mẹ biết lý do sâu xa chồng mình bỏ nhà đi lính để rồi không về nữa. Vẫn đinh ninh là Lan còn thương nhớ chồng và còn níu kéo hy vọng con rể sẽ trở về, ông bà không lấy làm mấy vui thấy Trung đi lại với con gái mình.

"Con Lan đâu phải là hạng đàn bà hư đâu mà sao cứ đi chơi với thằng Trung. Dù chồng có chết thì cũng phải thủ tiết thờ chồng chứ," mẹ Lan than thở với chồng. Cha già thì thương con gái, tuy phần nào còn theo lễ nghĩa xưa, ông vẫn thấy sót xa cho Lan nhìn cuộc đời xuân trẻ đi qua không một hy vọng cho ngày đoàn tụ với chồng. Cuộc chiến này sẽ còn kéo dài, không ai biết khi nào sẽ chấm dứt. Chả lẽ bắt Lan "thủ tiết thờ chồng" suốt đời à! Ông tránh không trả lời những câu hỏi của vợ "bây giờ mình phải làm gì?" nhưng bà nói mãi ông đành phải đem chuyện đó ra hỏi con gái làm Lan thấy mình ở cái thế phải kể hết sự thật dù biết sẽ làm cha mẹ đau lòng, nhất là cha vì chị Hương là con gái rượu của ông. Lan không cho mình là ích kỷ. Sống như thế này đã quá lâu, không thể tiếp tục bất công với chính mình. Đó là lập trường của Lan. Và tối hôm qua lúc mẹ hỏi về Trung, Lan đã kể hết câu chuyện giữa chồng và chị. Nhìn khuôn mặt sững sờ lẫn đau khổ của song thân, Lan đâm hối hận nhưng đã quyết định nên không dấu gì, kể ra hết.

- Sao trước kia con không nói cho cha mẹ biết? Mẹ Lan hỏi miệng mếu xệch xuống.

Lan buồn bã đáp.

- Để làm gì hả mẹ? Một mình con buồn đã đủ, đem cha mẹ vào làm gì!

Mẹ Lan chép miệng than nhà vô phúc. Bà đau khổ

lẫn xấu hổ, rồi lại nhớ đứa con gái lớn, lo không biết giờ nó ở đâu, ra sao. Những nét nhăn trên khuôn mặt già cằn cỗi dường như sâu hằn hơn trong ánh đèn vàng mù mờ. Bà đứng dậy, bỏ đi lên lầu, lưng hơi khòm xuống, những bước chân xiêu vẹo, tay vịn nặng nề lên lan can.

Cha Lan nãy giờ ngồi im lặng, không hé môi nói một tiếng. Lan quay sang nhìn cha. Ông quay mặt đi nhìn ra ngoài con hẻm sau cửa sổ. Hai cái màn cửa chưa kéo lại. Con ngõ bên ngoài chìm trong bóng đêm. Những tiếng động ngoài đầu ngõ lớn dần đi lại gần cửa sổ, vài bóng người đi phớt qua thật nhanh. Cha Lan đi lại cửa sổ, thò tay qua mấy chấn song sắt khép hai cánh cửa lại. Lan quan sát không bỏ sót một cử chỉ nào của ông, trong đầu không biết mình nên chờ một câu hỏi của cha hay lên tiếng nói trước về Trung. Đóng cửa xong ông trở lại ghế ngồi xuống.

- Còn chuyện con với Trung ra sao? Ông hỏi.

Lan ngạc nhiên về câu hỏi bất ngờ đó. Lan cứ ngỡ ông sẽ hỏi về Hương trước. Chả lẽ trong óc cha không có một thắc mắc gì về đứa con gái lớn? Lan nuốt nước bọt, hít vào một hơi dài, từ từ thở ra rồi đáp.

- Con muốn tìm hiểu thêm về Trung trước khi đi xa hơn. Theo lời anh ấy kể, cha cũng đã nghe rồi trong mấy lần anh ghé lại, thì gia đình Trung không khá giả mấy ...

Ông cụ ngắt lời.

- Cha không để ý đến vấn đề giàu nghèo. Cha chỉ muốn biết thêm về gia đình Trung và nhất là Trung là loại người thế nào. Con đã bị đau khổ một lần rồi, cha không muốn con bị thêm một lần nữa. Cha biết con đã lớn không phải như bao năm về trước, đã biết suy nghĩ chín chắn hơn nhưng cha vẫn lo cho con. Cha đã phạm một lỗi lầm thật to trước kia là đã không lo lắng cho con cái đầy đủ để xảy ra nông nỗi này. Cha nghĩ đi làm đem cơm gạo về, cho con đi học đến nơi đến chốn là xong trách nhiệm nhưng cha lầm. Cha đã không chăm sóc mặt tinh thần của hai con. Một thiếu sót lớn.

Nói đến đây ông im lại, nhìn con gái chờ câu trả lời. Lan bối rối không biết nói gì về Trung cho cha nghe. Tất cả những gì Lan biết về người trung úy trẻ chỉ do anh ta kể lại và tất cả những gì Lan nhận xét về ý trung nhân đều đến từ những lần hẹn hò chế ngự bởi cảm giác yêu đương nhưng Lan phải nói cho cha nghe những gì Lan nghĩ cha muốn nghe.

- Anh ấy là người thật thà, lúc vui tính lúc nghiêm trang và con thích cái tính đó vì nó cho thấy một con người biết xử thế đúng lúc. Lan ngập ngừng rồi nói tiếp. Mặc dù con đã đi chơi với anh ấy nhiều lần, con tuyệt nhiên không bao giờ thấy anh có lời nói hay cử chỉ thiếu đứng đắn. Không bao giờ anh ấy mở miệng rủ rê con làm chuyện thiếu đứng đắn, cha hiểu ý con chứ.

- Một con người biết xử thế đúng lúc! Đó là điều đáng ngại, nhưng cha tin tưởng là con biết suy nghĩ chín chắn. Cha nhắc lại là không muốn thấy con đau khổ một lần nữa. Nếu con đã suy nghĩ kỹ lưỡng và tin tưởng Trung thì cha cũng tin con.

Nói xong ông đứng lên đi lại khay trà trên bàn ăn rót ra một tách. Cầm tách tra đi trở lại ghế ngồi xuống, ông nhấp một ngụm nhỏ rồi trầm giọng hỏi Lan.

- Con biết chị Hương giờ ở đâu? Kể cho cha nghe.

Lan chột dạ. Lúc nãy nàng đã bỏ qua đoạn gặp ông Vinh và câu chuyện ông kể về bà họa sĩ Nguyện trên cao nguyên. Nhìn nét mặt đầy bối rối của con gái, ông cụ biết còn nhiều điều mình chưa được kể lại. Ông vẫn giữ cái nhìn thẳng vào mắt Lan.

- Tại sao con dấu cha chuyện chị Hương. Cha không nghĩ con tha thứ cho chị nhưng con phải biết cha mẹ mong tin chị hàng ngày đã hơn mười năm rồi. Con tìm được chị khi nào?

Biết không chối được, Lan bắt đầu thuật lại vụ gặp ông Vinh, về những gì ông biết được về Nguyện và kể lại cho mình.

- Con chỉ biết ngần đó, làm sao chắc bà họa sĩ đó là chị Hương?

- Cha chắc chắn ông ta nói đúng, dù sao đi chăng nữa, những gì ông ấy biết cũng đáng để mình đi điều tra. Con giúp cha mẹ một lần nữa.

. . .

Tiếng bánh xe nghiến trên đá ngoài con lộ kèm theo tiếng kèn xe cho Lan biết Trung vừa đến. Mũi chiếc xe Jeep dần hiện ra sau hàng cây dừa xanh rồi từ từ tiến lại gần. Đầu Trung lấp ló sau kính xe, miệng cười thật tươi nhe hàm răng trắng.

- Chuyện lạ bốn phương, Trung vừa nhảy xuống xe đã lên tiếng, ai đời đào lại chờ kép! Xin lỗi anh đến trễ, lão thiếu tá bắt họp lâu quá trời. Em kêu gì uống chưa?

Đặt cái mũ lưỡi trai lên bàn, Trung vừa ngồi xuống vừa đưa tay lên ngoắc thằng nhỏ chạy bàn. Nó nhanh nhẹn chạy đến. Trung nói nó đem một chai bia còn Lan thì kêu một ly chanh muối.

Nhìn Lan, Trung đoán có tin vui vội hỏi.

- Có chuyện vui định nói anh phải không?

Lan dựa đầu vào vai Trung thỏ thẻ.

- Có chứ! Em đã nói chuyện với cha tối qua ...

Trung ngắt lời.

- Bác trai nói sao?

- Cha đã chịu, Lan đáp kèm theo một nụ cười mãn nguyện.

Nhìn quanh thấy quán vắng hoe chỉ có vài cặp nhân tình ngồi khuất sau mấy cây dừa, Trung hôn nhanh lên môi Lan, thì thầm vào tai.

- Lúc nào thì em muốn anh nói ba má anh ra đây nói chuyện với hai bác?

- Từ từ đã! Trên giấy tờ em vẫn còn có chồng mà, bộ anh quên rồi sao?

Trung thở dài.

- Ừ nhỉ, quên mất, anh có để ý gì đến chuyện khác đâu, rắc rối nhỉ.

- Mình phải kiên nhẫn. Em sẽ đi tòa án hỏi người ta trong trường hợp này thì em có thể lấy chồng lần nữa được không? Luật không cho ly dị nhưng trong trường hợp chồng không trở về nữa thì chắc cho phép.

Thằng nhỏ chạy bàn rón rén đi lại, đặt chai bia, ly nước của Lan và một cái ly đá lên bàn xong rụt rè nói, xin chú tính tiền luôn.

Trung đùa, trợn mắt nhìn nó.

- Tại sao đòi tính tiền ngay? Bộ mày sợ chú uống chạy à.

Thằng nhỏ sợ ngây mặt ra, ấp úng nói lí nhí trong miệng.

- Dạ, tại má biểu. Con xin cô chú hai chục.

Lan móc ví lấy tiền đưa cho nó, chú dỗn đó con, đừng sợ.

Thằng bé cầm tiền xong chạy biến vào trong thật nhanh. Trung quay đầu nhìn theo nó rồi quay sang Lan.

- Dễ thương ghê. Con anh sau này dễ thương hơn.

Mặt Lan đỏ ửng lên, nàng hình dung ra một gia đình hạnh phúc mơ ước đã từ lâu, từ bao năm về trước, ngay cả trước khi nhận lời lấy chồng. Bàn tay Lan tìm hơi ấm trong tay Trung. Một ngọn gió thổi qua làm những lá cây dừa cạ vào nhau kêu lên sột soạt làm tăng thêm vẻ yên tịnh của cảnh đồng quê êm đềm.

~§~

B.N. Khôi

15

Nguyện phải ngừng chân, đứng dựa lưng vào một thân cây để thở. Hai người đã đi ra khỏi khu rừng thông. Càng lên gần đỉnh đồi cây cối càng thưa đi. Ánh nắng vì vậy càng gay gắt hơn. Nguyện đã phải cởi áo manteau len đưa cho Quang cầm mà lưng vẫn còn rịn mồ hôi. Đã giữa trưa, trời không một ngọn gió, một chuyện hiếm trên cái xứ cao nguyên này.

Trước mặt hai người, con đường đá cheo leo uốn éo như một con trăn lưng loang lổ đi lên tuốt trên kia mà Nguyện luôn ao ước lên được để xem mấy ngôi mộ trên đó nhưng bây giờ mới thấy trèo tuốt lên đỉnh không dễ như tưởng. Lên cao càng yên tịnh hơn dưới rừng. Không còn tiếng suối chảy róc rách, tiếng chim muông gọi nhau. Chả lẽ đây là một ngọn đồi trọc, một chuyện hiếm khác ở đây.

Quang đi trước một quãng, quay lại thấy Nguyện đứng nghỉ bèn đặt cái áo manteau và giỏ thức ăn xuống đất rồi đi ngược lại.

- Mệt quá Quang ơi. Mình nghỉ một lúc đi! Mỏi chân quá trời.

Quang cầm tay Nguyện dìu lại ngồi xuống trong bóng mát dưới một thân cây gầy guộc. Cái bóng mát rộng chỉ độ hai chục phân, vừa đủ che đầu một người. Quang cởi giầy Nguyện ra rồi bắt đầu xoa bóp từng bàn chân một. Nguyện nhắm mắt lại, tận hưởng cảm giác khoan khoái thấm dần vào từng bắp thịt.

- Có biết đâu Quang có đôi bàn tay thần diệu.

- Bộ bây giờ mới nhận thấy thế sao? Quang hỏi xong nháy mắt với Nguyện.

Cả hai người bật cười ngặt nghẽo, tiếng vang cả ngọn đồi, tiếng écho vọng lại từ xa.

- Trên này mình có hét thủng phổi chắc chả ai nghe.

Quang bò lại gần Nguyện bảo.

- Và mình làm gì cũng chả ai thấy.

Hiểu ý, Nguyện dẫy nẩy lên.

- Không được đâu, kỳ chết, ai lại ... nơi chốn thanh thiên bạch nhật.

Nhưng Nguyện chỉ nói được thế thì cặp môi Quang đã bao chùm lên miệng Nguyện. Hai đầu lưỡi quyện lấy nhau và Nguyện buông thả không kềm hãm, để hồn mình bay bổng lên cao bềnh bồng chơi vơi với những cụm mây trắng lơ lửng trên trời.

. . .

Người hùng Ấn Độ với nốt son đỏ giữa trán đâm lưỡi kiếm vào ngực tên gian hùng râu chòm. Tên này trợn mắt lên, miệng lắp bắp vài tiếng, tay buông gươm để rớt xuống sàn gạch kêu lên vài tiếng khô khan xong hai tay ôm lấy vết thương máu tuôn ra, ngã gục mặt xuống đất. Hai cánh tay hắn tự nhiên xoải rộng ra hai bên như hai cánh chim. Hắn nằm chết trong một tư thế thật lố bịch. Giết kẻ gian xong, người hùng chạy lại giai nhân đang bị trói gô trong xó nhà, rút dao găm bên hông ra. Thay vì vội cắt giây thừng cho người đẹp, người hùng đứng đó ưỡn ngực trông rất hùng dũng, mặt vênh lên như bảo nàng- Ta đã đến cứu em, xong quỳ xuống cắt giây trói, đỡ giai nhân lên. Nàng ngã vào ngực người hùng. Hai người ôm nhau thật lâu. Chữ HẾT hiện ra giữa màn ảnh, lớn dần và mờ đi theo ánh đèn từ từ sáng lên trong rạp hát. Vài tiếng vỗ tay nổi lên.

"Đúng là phim rẻ tiền, Nguyện cười là phải!" ông Vinh cười thầm trong đầu. Đèn trong rạp đã bật lên sáng chưng. Người ta đứng lên rục rịch đi ra nhưng ông vẫn ngồi tại chỗ. Ông đảo mắt nhìn xung quanh. Hai ba cặp trai gái còn ngồi nán lại như ông. Họ chụm đầu thì thào bên tai nhau. Chắc họ đang nói lên những lời lẽ yêu đương như cặp tài tử Ấn Độ khi nãy trên màn ảnh. Không hiểu tiếng Ấn, ông phải đọc những giòng chữ phụ đề tiếng Việt ở dưới. Cái tên nào dịch phim này chắc đã xem không biết bao nhiêu tuồng cải lương, cứ đọc những giòng phụ đề thì thấy ngay điều đó.

Một cặp trai gái đi lại gần. Người thiếu nữ trông còn rất trẻ, khoảng mười bảy mười tám, mặc một chiếc áo sơ-mi trắng tay dài sắn lên, quần tây đen, tóc để dài kẹp phía sau. Người con trai tóc bồng bềnh như kép Hùng Cường, sơ-mi ca-rô cụt tay, vài cái khuy bên trên không cài. Họ đi sát vào nhau. Tên con trai nói gì đó vào tai đứa con gái, con bé cười bẽn lẽn, đấm lên vai hắn. Đi ngang qua chỗ ông Vinh đang ngồi, thấy ông đưa mắt nhìn, họ vội làm nghiêm rồi rảo bước nhanh ra cửa, để lại sau lưng một mùi nước hoa rẻ tiền. Ông cười thầm một lần nữa. Nhìn những người trẻ yêu nhau làm ông cảm thấy yêu đời hơn và trẻ lại. Làm chồng làm cha đã quá lâu, ông thấy cảm giác yêu đương chết dần đi trong lòng mình. Mỗi ngày hai buổi đi làm vật lộn với giấy tờ xong tối về ăn cơm rồi lên giường ngủ để sáng mai thức dậy lập lại cái mới làm ngày hôm trước. Rồi cứ thế ngày này sang ngày nọ. Ngoảnh đi ngoảnh lại đã hơn năm chục, trên đầu hai thứ tóc. Có những ngày vợ ông phải đi buôn xa, ông càng thấy cô đơn hơn trong căn nhà vắng. Rồi ông đem giấy ra viết tiểu thuyết. Những khi đó là lúc ông đổ tâm hồn mình ra trang giấy. Ông cố hồi sinh lại cảm giác yêu đương trong lòng, cho đi theo tay xuống ngòi bút lan ra mặt giấy. Ông cho những nhân vật trong truyện yêu nhau cuồng nhiệt như chưa yêu lần nào. Ông dẫn dắt họ vào những mối tình tội lỗi. Tình yêu có tội lỗi mới là một thử thách đo lường tấm lòng của người ta, mới biết người ta có thực sự yêu nhau không, sẵn sàng hy sinh cho nhau, cho mối tình của họ. Rồi ông đưa họ đi quá xa trên con đường đó để họ đi vào một bãi sa mạc nóng bỏng mà nhìn đâu cũng chỉ thấy toàn là cát, không một dấu chân người, không biết hướng nào mà đi, không một lối thoát. Khi mối tình tội lỗi này nóng bỏng lên cao như nhiệt độ trên sa mạc cũng là lúc ông gặp Nguyện, người đàn bà ở một mình trên ngọn đồi đèo heo hút gió. Ông còn nhớ cảm giác bồi hồi mấy lần đầu nói chuyện với người đàn bà đó. Nguyện đã đánh thức dậy trong lòng ông cái cảm giác yêu đương một cách thực sự chứ không phải chỉ trên mặt giấy. Tự nhiên ông thấy mình như sống lại quãng đời thanh niên trước khi cưới vợ. Những ngày đầu gặp Nguyện không có vợ bên cạnh, ông đã thử để cái cảm giác đó đi hoang cũng như

Thuận trong câu truyện ông viết nhưng không hiểu sao con đường Thuận đi thật phẳng phiu trong khi con đường ông đi thì hiểm trở gai góc vô cùng. Có quá nhiều chướng ngại vật cản không cho ông đi. Cứ mỗi lần tiến lên được một bước thì dường như lòi ra một chướng ngại vật khác làm bước sau khó khăn muôn vàn. Sau cùng ông thấy mình không có can đảm như người đàn ông do chính tay mình tạo ra trong trí tưởng tượng và đã rút lui ra khỏi trò chơi dù mới chỉ đi được vài bước nhưng biết rõ cám dỗ và phần thưởng lẫn hình phạt lởn vởn chờ. Đã quay đầu đi ngược trở ra nhưng ông trong lòng vẫn còn vương vấn cái nhớ nhung Nguyện dù biết người đàn bà đẹp đẽ đó sẽ chả bao giờ là của mình vì mình chả bao giờ dám ra tay.

Hai cánh cửa rạp hát mở toang kêu lên vài tiếng kẽo kẹt. Tiếng động và ánh nắng từ ngoài ập vào. Ông Vinh uể oải đứng lên đi ra. Đã quá trưa. Sinh hoạt ngoài đường phố náo nhiệt hơn. Ông đi lại xe bán nước mía, móc túi lấy tiền mua một ly uống ực một cái rồi ra đứng góc đường tay thọc túi quần quan sát thiên hạ. Cặp tình nhân trẻ ông thấy lúc nãy trong rạp hát giờ đang ngồi bên chiếc xe bán đậu đỏ bánh lọt bên kia đường. Họ trông thật hạnh phúc, thật may mắn vì họ đang yêu. Có lẽ họ đang đi vào những vùng cảm giác mà họ chưa bao giờ đến, khám phá những cái mới mẻ, đón nhận cái khám phá mới ấy với đam mê. Còn mình? Mình đã hết biết yêu là gì. Cuộc sống thuần thục đã đốt chết đi cái cảm giác yêu đương. Phải cho nó sống dậy, vùng vẫy như thời còn trẻ. Đúng thế! Không thể để nó chết nguội lạnh. Nhất định trở lên Trảng Nguyên một ngày gần đây. Gặp lại Nguyện để Nguyện khơi dậy cái cảm giác yêu đương ấy dù người đàn bà đã có người yêu. Chỉ cần nghe lại tiếng cười lời nói, thấy lại nụ cười khinh đời của Nguyện, cái đầu hất về phía sau, miệng hé mở để làn khói xì-gà từ từ bốc lên từ mép, nhìn Nguyện trong chiếc manteau cũ sờn vai đứng co ro trong ngọn gió lạnh trên đỉnh đồi với lọn tóc quăn trên trán.

Ông Vinh quay gót đi trở về nhà. Tiếng cười khúc khích của cặp trai gái trẻ bên đường vọng qua. Ông mỉm cười, cúi đầu rảo bước.

~§~

Cuối

Nguyện ngủ thiếp đi không biết bao lâu thì có cảm giác như ai lay vai mình rồi có tiếng ai gọi nhè nhẹ bên tai. Vừa mở mắt ra, Nguyện vội nhắm lại vì ánh nắng chan hòa khắp cả triền đồi làm chói mắt. Vài giây sau, Nguyện từ từ mở mắt ra lại, thấy mình vẫn còn nằm tại chỗ cũ dưới gốc cây mà lúc nãy được Quang xoa bóp chân. Phần Quang thì đang ngồi trên một tảng đá bên cạnh, bàn tay đặt trên vai Nguyện.

- Trông em giống như công chúa ngủ trong rừng, chỉ tiếc không có hoàng tử đến hôn. Sao, khoẻ chưa? Mình còn lên đỉnh nữa rồi về.

- Nguyện ngủ bao lâu thế hả anh?

- Gần nửa tiếng.

- Tại vì ai đấy?!

Quang cười ra chiều khoái chí, đưa tay ra đỡ Nguyện đứng lên. Nhìn lên đỉnh đồi không còn xa mấy, Nguyện thấy phấn khởi xăm xăm đi trước. Đến lúc này thì con đường nhỏ đã mất dấu hẳn. Hai người cứ lựa chỗ nào dễ đi mà đặt chân. Nguyện quay lại nhìn sau lưng. Cánh rừng thông ở bên dưới trông như một thế giới khác, âm u huyền bí, khác hẳn trên này, rực rỡ và phơi bày. Nguyện thắc mắc không biết còn con đường nào khác đi xuống không hay lát nữa lại phải đi xuyên qua rừng. Nguyện hỏi nhưng Quang lắc đầu bảo không biết, chắc ăn mình nên đi con đường cũ để khỏi lạc. Câu trả lời làm Nguyện hối hận một lần nữa đã không hỏi bác sĩ Thăng trước về địa thế con đồi nhưng vẫn cảm thấy an tâm vì đã có Quang đi bên cạnh.

"Quang sẽ che chở bảo vệ mình trước bất cứ một hiểm nghèo nào, không những chỉ trên con đồi này mà trên con đường đời", Nguyện nghĩ thế rồi đi sát vào người Quang nắm tay chặt hơn.

Mặt đất trở nên thoai thoải bớt dốc hơn, báo hiệu sắp lên đến đỉnh. Trời tự nhiên mát hẳn lại. Vài cụm mây đen ở đâu bay đến làm trời hơi tối đi. Quang lo lắng hỏi Nguyện trời sắp mưa chăng. Nếu thế thì phải đi gấp nhưng Nguyện trấn an.

- Tháng này không mưa đâu, đừng lo!

Trong khi Nguyện ngừng chân để buộc lại tóc, Quang vẫn đi lên rồi chợt đứng lại, chỉ tay chênh chếch về bên phải reo lên.

- Xem kìa! Nguyện thấy gì không?

Chạy lên thêm vài bước lại chỗ Quang, Nguyện thấy lờ mờ đầu một cái thánh giá nhú lên sau mấy lùm cây. Hai người rảo bước nhanh hơn. Đi lên thêm được vài chục thước thì Nguyện bắt đầu thấy hai cái thánh giá từ từ hiện ra rõ hơn rồi sau đó là hai nấm mồ phủ cỏ xanh. Hai người đã lên đến đỉnh đồi Mộ. Nguyện ngưng thở trước một quang cảnh tuyệt đẹp. Đỉnh đồi là một bãi đất phẳng được che phủ bởi một biển cỏ xanh rì và một rừng hoa vàng mênh mông. Rải rác xung quanh là vài ba cây thông thật cao thẳng tắp lên trời. Hai người dừng chân bên bờ bãi cỏ, im lặng thưởng thức cái đẹp tuyệt vời của thiên nhiên. Nguyện hít vào một hơi dài. Bầu không khí trên này còn trong lành hơn đỉnh đồi nhà Nguyện.

Đứng từ xa nhìn hai nấm mồ nằm chơ vơ giữa chốn hiu quạnh, một cảm giác buồn len lét đi vào lòng Nguyện.

- Trông hai cái mộ này cô đơn quá, Nguyện nói giọng bùi ngùi.

- Không cô đơn đâu, họ chết có nhau mà, chôn cạnh nhau.

- Mình đi lại gần xem.

Một ngọn gió mạnh ở đâu thổi đến. Vùng hoa nằm rạp xuống như mặt biển với những cụm sóng vàng di động ra xa ngoài khơi. Đến gần hai nấm mộ, Nguyện thấy những bụi hoa khác đủ màu nằm xung quanh chúng. Không biết có phải đây là những loại hoa dại hay là hoa người ta trồng khi chôn cất người quá cố rồi mọc lan ra sau một thời gian. Hai người tiến gần hai cái mộ, cúi mặt xuống sát bia để đọc tên. Mộ bia đã được dựng khá lâu, giải dầu mưa nắng năm này qua năm nọ không được chăm sóc nên đã lên rêu che những hàng chữ thật khó đọc. Quang móc túi lấy ra một con dao gập nhỏ cạo đi lớp rêu. Vài giòng chữ từ từ lộ ra. Hai người chụm đầu vào đọc.

- Cặp này chết đã khá lâu, chồng chết năm 1949, vợ chết sau. Nguyện thì thầm nói.

- Và vợ đã đòi được chôn cạnh chồng. Lãng mạn quá! Mai mốt mình chết cũng chôn gần nhau, nhỉ.

Nguyện đâm sợ, nắm lấy tay Quang khẽ mắng, đừng nói nhảm, xong quỳ xuống hái những bông hoa dại khác màu, làm thành một chùm rồi đặt lên mộ người đàn bà.

- Tiếc mình quên đem nhang cắm cho họ vài nén, Quang chép miệng nói.

Nguyện không nói gì, quỳ xuống bên cạnh mộ, miệng lâm râm cầu kinh trong khi Quang khoanh tay cúi đầu. Nguyện thấy tội nghiệp cho cặp vợ chồng tây già chết gởi thây nơi quê lạ xứ người trong khi người thân thì ở bên kia bờ đại dương. Họ còn nghĩ đến cặp vợ chồng già này không? Họ có còn mong ngóng một ngày nào đó hai người sẽ hồi hương, bước qua ngưỡng cửa vào căn nhà quen thuộc mà họ đã sống một thời nào đó không? Tại sao họ lại phải sống tha hương, xa người thân rồi chết như thế này, xác chôn trên một ngọn đồi mấy ai đến. Còn có ai lại thăm mộ, chăm sóc những cành hoa, nhổ cỏ dại, quét đi những cành lá rụng phủ đầy mộ. Nhìn hai vai Nguyện rung rung, Quang biết Nguyện đang khóc, móc túi lấy khăn tay đưa nhưng Nguyện lắc đầu, không cầm lấy, cứ để hai nước mắt chảy dài trên má.

Một lúc sau Nguyện ngồi phệt xuống đất, dựa lưng lên ngôi mộ, quay mặt nhìn về phía triền đồi bên kia, đối diện với khu rừng thông mà lúc nãy hai người đi xuyên qua. Quang ngồi xuống bên cạnh, quàng tay ra sau Nguyện ôm lấy bờ vai kéo lại sát mình. Nguyện dựa đầu lên vai Quang, thủ thỉ nói.

- Nguyện nhớ nhà quá. Nguyện không muốn sau này mình chết chôn trên đỉnh đồi gió hú như cặp vợ chồng tây này.

- Em phải về nhà, Quang vừa nói vừa vuốt ve tóc

người yêu.

Nguyện khẽ gật đầu. Phải về nhà, phải gặp lại cha mẹ già, phải có can đảm nhìn mặt người em mà xin tha thứ dù sẽ phải nghe những lời trách cứ nặng nhẹ. Người tình xưa đã ra đi không về, mình sẽ làm lại cuộc đời với Quang. Nguyện thấy phấn khởi lên. Cả ngọn đồi tự nhiên trông đẹp vô ngần trong mắt Nguyện. Vạn vật trông như tươi sáng hẳn lên. Những bông hoa vàng nhảy múa trong ngọn gió thổi nhè nhẹ. Những chùm hoa dại xanh đỏ tím cũng đang rung động theo cùng nhịp.

- Vâng, em sẽ về nhà, Nguyện nói khe khẽ.

Nụ cười trên môi người yêu làm Quang vui lây. Hai người ngồi trong im lặng thật lâu, mỗi người theo đuổi ý tưởng riêng, để tâm hồn lắng đọng theo cái yên tịnh trên đỉnh đồi Mộ, không một tiếng động, chỉ có tiếng gió thổi vi vu qua những cành cây thông.

Một giọt nước rơi trên vai Nguyện. Trời chợt mát đi và hơi tối lại. Nguyện nhìn lên, những cụm mây đen từ đâu đã kéo đến tự lúc nào.

- Lạ quá, tại sao lại mưa vào tháng này, thôi mình về.

Quang đứng lên trước, đưa tay kéo Nguyện lên. Hai người nhìn hai cái mộ một lần cuối như chào vĩnh biệt, biết là sẽ không có ngày trở lại. Trước khi quay lưng đi, Nguyện nghĩ sao mở sắc tay lục lọi một lúc rồi lấy ra một cái nhẫn rồi bảo Quang cho mượn con dao gập nhỏ, cúi xuống lúi húi đào một lỗ dưới chân mộ người đàn bà xong bỏ cái nhẫn vào, lấp đất lại.

- Nguyện làm gì thế?

- Mình không bao giờ lại đây nữa. Nguyện tội

nghiệp cho bà tây già này, tặng bà ta một kỷ niệm nhỏ, vậy thôi.

Quang tò mò.

- Cái nhẫn đó ai cho vậy?

Nguyện mỉm cười đáp.

- Người xưa.

- Và hôm nay em khai tử mối tình đó.

- Không phải chỉ hôm nay, nhưng Nguyện muốn đoạn tuyệt hẳn, chôn vùi nó đi, không còn muốn lưu lại bất cứ một cái gì về nó nữa. Kìa Quang, mặt trời ra khỏi mây, mình chụp vài bức rồi về.

Nguyện thì thầm lập lại trong miệng "Mình không bao giờ trở lại đây."

- Quang chụp cho em một tấm đứng gần cái cây kia kìa.

Nguyện vừa nói vừa chỉ về hướng một cây thông nằm trơ trọi chỗ mé đồi xong đi lại gần nó đứng dựa lưng lên thân cây. Lúc đó Nguyện mới để ý thấy sau lưng là một cái vực khá sâu, trông như một vách đá thẳng tắp xuống tận dưới chân đồi. Một cảm giác lạnh chạy trên xương sống, bàn tay rịn mồ hôi. Đã dựa lưng vào thân cây nhưng Nguyện còn cẩn thận đưa tay lên nắm chặt một cành. Đến giờ thì Nguyện mới thấy ngọn đồi này cao hơn những ngọn đồi đã từng đi trước kia. Có lẽ mình thấy được nhà mình từ trên này, Nguyện nghĩ thế rồi chong mắt cố tìm ngọn đồi nhà nhưng không biết nó nằm phương hướng nào mà định, chỉ thấy bên dưới toàn là những khu rừng thông và những ngọn đồi khác thấp hơn.

Trong khi Quang lục túi lấy máy hình, Nguyện gỡ khăn buộc tóc ra để mái tóc bay trong gió. Nghiêng đầu ngắm Nguyện, Quang lên tiếng.

- Để tóc bay như thế đẹp lắm. Bây giờ đứng im để chụp. Cẩn thận đấy, sau lưng không có gì cả.

Một ngọn gió mạnh đi ngang thổi tóc Nguyện tung lên làm Nguyện vội đưa tay đang cầm khăn lên để vuốt lại mái tóc. Chiếc khăn tay vướng phải cành cây rồi tuột khỏi tay theo ngọn gió bay lên quá đầu về phía sau. Nguyện theo phản ứng chồm người ra cố chụp lấy khăn. Những viên đá dưới chân lăn tròn làm bàn chân trợt đi rồi Nguyện mất thăng bằng, chới với ngã ngửa ra sau. Nguyện thấy cả một bầu trời với những cụm mây đen trước mặt mình như dâng lên cao thật nhanh, rồi Nguyện cảm thấy có cả một khoảng không trung xung quanh mình. Trong tiếng gió vù bên tai, Nguyện nghe tiếng kêu thất thanh của Quang văng vẳng trên đỉnh đồi Mộ. Tiếng la thất thanh nhỏ dần đi rồi chết lịm.

~ HẾT ~

Cảm ơn

...

Về tác giả

Bùi ngọc Khôi ra đời tại Hà Nội năm năm mươi mốt, theo cha mẹ di cư vào Sài Gòn năm năm mươi tư khi đất nước bị chia đôi, di cư một lần nữa sang Hoa Kỳ năm bảy mươi lăm, hiện cư ngụ với gia đình tại Vùng Vịnh Bắc California.

Đã cộng tác với các tạp chí Hợp Lưu, Văn, Văn Học và Tân Văn.

Liên lạc khoi@buikhoi.net

Cùng tác giả

Bạn tình
Dấu vết của cha
Tập truyện Sài Gòn
Con đường dốc
Hội ngộ
Người đàn bà ở một mình trên đồi vắng
Bảy ngày để yêu

Printed in Great Britain
by Amazon

19846046R00139